புனைவின் வரைபடம்
இரண்டு நேர்காணல்கள்

எஸ். ராமகிருஷ்ணன்

தேசாந்திரி பதிப்பகம்

தேசாந்திரி பதிப்பக வெளியீடு: 95

புனைவின் வரைபடம் : நேர்காணல்கள்
எஸ். ராமகிருஷ்ணன்

முதல் பதிப்பு: டிசம்பர் 2021

தேசாந்திரி பதிப்பகம்,
டி-1, கங்கை அப்பார்ட்மெண்ட்,
110, 80 அடி ரோடு, சத்யா கார்டன்,
சாலிக்கிராமம், சென்னை 600 093.
தொலைபேசி: 044 23644947.
விலை: ரூ. 50

Punaivin Varaipadam - Interviews
S.Ramakrishnan ©

First Edition: Dec 2021, Pages: 52
Size: Demy 1x8, Paper: 18.6 kg maplitho

Published by :
Desanthiri Pathippagam
D-1, Gangai Apartments,
110, 80-Feet Road, Satya Garden, Saligramam,
Chennai - 600 093, Ph: 044 2364 4947
Email : desanthiripathippagam@gmail.com
www.desanthiri.com

ISBN: 978-93-93099-06-8
Wrapper Design: Manikandan
Book Design: Hariprasad R
Printed by: Ramani Print Solution, Chennai.

Price: Rs. 50

எஸ். ராமகிருஷ்ணன்

எஸ். ராமகிருஷ்ணன், விருதுநகர் மாவட்டம் மல்லாங்கிணறு கிராமத்தில் 1966இல் பிறந்தார். முழுநேர எழுத்தாளரான இவர் தற்போது சென்னையில் வசிக்கிறார்.

சிறுகதைத் தொகுப்புகள்: எஸ். ராமகிருஷ்ணன் கதைகள், நடந்து செல்லும் நீரூற்று, பேயர்பாக் கண்டறிந்த மழைக்கோவில், தனிமையின் வீட்டிற்கு நூறு ஜன்னல்கள், அவளது வீடு, பதினெட்டாம் நூற்றாண்டின் மழை, அப்போதும் கடல் பார்த்துக்கொண்டிருந்தது, நகுலன் வீட்டில் யாருமில்லை, புத்தனாவது சுலபம், வெளியில் ஒருவன், காட்டின் உருவம், தாவரங்களின் உரையாடல், வெயிலைக் கொண்டு வாருங்கள், பால்ய நதி, மழைமான், குதிரைகள் பேச மறுக்கின்றன. காந்தியோடு பேசுவேன், சைக்கிள் கமலத்தின் தங்கை, சிவப்பு மச்சம், கர்னலின் நாற்காலி, என்ன சொல்கிறாய் சுடரே, ஐந்து வருட மௌனம்.

நாவல்: உப பாண்டவம், நெடுங்குருதி, உறுபசி, யாமம், துயில், நிமித்தம், சஞ்சாரம், இடக்கை, , பதின், ஒரு சிறிய விடுமுறைக்கால காதல் கதை, மண்டியிடுங்கள் தந்தையே.

கட்டுரைத் தொகுப்புகள்: விழித்திருப்பவனின் இரவு, இலைகளை வியக்கும் மரம், என்றார் போர்ஹே, கதாவிலாசம், தேசாந்திரி, கேள்விக்குறி, துணையெழுத்து, ஆதலினால், சித்திரங்களின் விசித்திரங்கள், காற்றில் யாரோ நடக்கிறார்கள், கோடுகள் இல்லாத வரைபடம், மலைகள் சப்தமிடுவதில்லை, வாசகபர்வம், சிறிது வெளிச்சம், காண் என்றது இயற்கை, குறத்தி முடுக்கின் கனவுகள், என்றும் சுஜாதா, சாப்ளினுடன் பேசுங்கள், கூழாங்கற்கள் பாடுகின்றன, ரயிலேறிய கிராமம், பிகாசோவின் கோடுகள், இலக்கற்ற பயணி, ஆயிரம் வண்ணங்கள்.

திரைப்பட நூல்கள்: பதேர் பாஞ்சாலி — நிதர்சனத்தின் பதிவுகள், அயல் சினிமா, அரூபத்தின் நடனம், இன்னொரு பறத்தல், நான்காவது சினிமா, வெண்ணிற நினைவுகள், காட்சிகளுக்கு அப்பால், உலக சினிமா, பேசத்தெரிந்த

நிழல்கள், இருள் இனிது ஒளி இனிது, குற்றத்தின் கண்கள், பறவைக் கோணம், சாமுராய்கள் காத்திருக்கிறார்கள்.

குழந்தைகள் நூல்கள்: கால் முளைத்த கதைகள், ஏழு தலைநகரம், கிறுகிறு வானம், எலியின் பாஸ்வேர்டு, முட்டாளின் மூன்று தலைகள், அபாய வீரன், அண்டசராசரம், சாக்ரட்டீஸின் சிவப்பு நூலகம், நீலச்சக்கரம் கொண்ட மஞ்சள் பேருந்து, பறந்து திரியும் ஆடு, டான் டூனின் கேமிரா, விலங்குகள் பொய் சொல்வதில்லை, சிரிக்கும் வகுப்பறை, அக்கடா, கடலோடு சண்டையிடும் மீன்.

உலக இலக்கியப் பேருரைகள்: ஆயிரத்தொரு அரேபிய இரவுகள், ஹோமரின் இலியட், செகாவ் வாழ்கிறார், செகாவின் மீது பனி பெய்கிறது, எனதருமை டால்ஸ்டாய், காஃப்கா எழுதாத கடிதம், ஷேக்ஸ்பியரின் மெக்பத், ஹெமிங்வேயின் கடலும் கிழவனும், தஸ்தாயெவ்ஸ்கியின் குற்றமும் தண்டனையும், லியோ டால்ஸ்டாயின் அன்னா கரீனினா, பாஷோவின் ஜென் கவிதைகள்.

வரலாறு: எனது இந்தியா. மறைக்கப்பட்ட இந்தியா.

நாடகத் தொகுப்பு: அரவான், சிந்துபாத்தின் மனைவி, சூரியனைச் சுற்றும் பூமி.

நேர்காணல் தொகுப்பு: எப்போதுமிருக்கும் கதை, பேசிக்கடந்த தூரம்.

மொழிபெயர்ப்புகள்: நம்பிக்கையின் பரிமாணங்கள், ஆலீஸின் அற்புத உலகம், பயணப்படாத பாதைகள்.

தொகை நூல்: அதே இரவு அதே வரிகள் (அட்சரம் இதழ்களின் தொகுப்பு), வானெங்கும் பறவைகள்.

ஆங்கிலத்தில் வெளிவந்துள்ள நூல்கள்: Nothing but water, Whirling swirling sky.

இணையதளம்: www.sramakrishnan.com

மின்னஞ்சல்: writerramki@gmail.com

முன்னுரை

சிங்கப்பூரிலிருந்து வெளிவரும் அரூ இணைய இதழ் இளைஞர்களால் நடத்தப்படுகிறது. தீவிர இலக்கியம் சினிமா, அறிவியல், சமூகம் என்று பரந்துபட்ட தளத்தில் அக்கறை கொண்ட இவர்கள் இந்த இணைய இதழைச் சிறப்பாக நடத்தி வருகிறார்கள். இந்த இதழின் சார்பில் நடத்தப்பட்ட நேர்காணலும் வாசகசாலை சார்ந்து வெளியாகும் புரவி இதழில் வெளியான நேர்காணலும் இணைந்து இந்தச் சிறு நூலாக வெளியிடப்படுகிறது.

எனது நேர்காணல்கள் முன்னதாக இரண்டு தொகுதிகளாக வெளிவந்துள்ளன. இந்த நேர்காணலுக்காக அவர்கள் முன்வைத்த கேள்விகளின் வழியே எனது முப்பது ஆண்டுக்கால இலக்கியச் செயல்பாடுகளை நானே திரும்பிப் பார்த்துக் கொண்டேன்.

ரஷ்ய இயக்குநர் தார்கோவெஸ்கியின் நேர்காணல் ஒன்றில் உங்கள் படத்திற்கான கதை எப்படிப் பிறக்கிறது என்று கேட்கிறார்கள். அவர் வெளிப்படையான பதிலைச் சொல்கிறார். அதாவது இது போன்ற கேள்விகளுக்குச் சொல்லப்படும் பதில்கள் யாவும் பொய்யானவை. அந்தத் தருணத்திற்காகச் சொல்லப்படுபவை. உண்மையில் ஒரு கதை எந்த நேரம் மனதில் தோன்றியது. எப்படி வளர்ந்தது என்று கண்டுபிடிக்க முடியாது. இங்மர் பெர்க்மென் தன் வீட்டு ஜன்னலில் வரும் ஒளிக்கற்றையிலிருந்து ஒரு கதையினை உருவாக்கியதாகச் சொல்கிறார். அப்படியான மாயம் எதுவும் என்னிடம் கிடையாது. நான் நிறைய யோசித்து. எழுதிப் பார்த்து, திருத்தி மாற்றங்கள் செய்து முடிவில் தான் ஒரு திரைக்கதையை உருவாக்குகிறேன். ஆகவே என்னைப் பொய் சொல்ல வைக்க வேண்டாம் என்கிறார்

ஒரு நேர்காணலில் தான் இது போன்ற வெளிச்சத்தை நாம் காணமுடியும்.

இந்தச் சிறுநூலை அழகாக வெளியிடும் தேசாந்திரி பதிப்பகத்திற்கும். என் எழுத்தின் வழிகாட்டியாக விளங்கும் தோழர் எஸ்.ஏ.பெருமாள். கவிஞர் தேவதச்சன், என்னையும் எழுத்தையும் நேசிக்கும் மனைவி சந்திரபிரபா பிள்ளைகள் ஹரி மற்றும் ஆகாஷ் நேர்காணலைச் செய்த அரூ சுஜா, கணேஷ்பாபு மற்றும் நண்பர்கள், புரவி நேர்காணலைச் செய்த கமலாதேவிக்கும், புகைப்படங்களை எடுத்துத் தந்த நண்பர் வசந்தகுமாருக்கும் அன்பும் நன்றியும்.

மிக்க அன்புடன்

எஸ். ராமகிருஷ்ணன்

சென்னை. 17.10.21

புனைவின் கிளைவழிகள்

அரு இணைய இதழில் வெளியான நேர்காணல்.

எஸ்.ராவின் படைப்புகளைத் தொடர்ந்து வாசித்துவரும் நண்பர் கணேஷ் பாபு நடத்திய நேர்காணல் இது. அரூ குழுவின் சில கேள்விகளும் இடம்பெற்றுள்ளன. எஸ்.ராவின் எழுத்துப் பயணம், வாசிப்பு, வரலாறு, பெண் கதாபாத்திரங்கள், மொழியாக்கம், உலக இலக்கியம், உலகத்தின் மீதுள்ள புகார்கள், காந்தி, கோணங்கி என நீளும் உரையாடல் கணேஷ் பாபு கொடுக்கும் அறிமுகத்துடன் துவங்குகிறது.

எஸ்.ராமகிருஷ்ணன் தனியொரு எழுத்தாளர் என்பதைத் தாண்டி ஓர் இயக்கமாக வளர்ந்துள்ளவர். நடமாடும் நூலகம் என்ற வார்த்தைக்கு மிகப் பொருத்தமானவர். இன்றைய நவீன வாசகன் அறிந்துகொள்ள வேண்டிய அனைத்தையும் அள்ளித் தரும் வற்றாத ஞான ஊற்று. உலக சினிமா, பயணம், சிறார் இலக்கியம், வரலாறு, நுண்கலைகள், வாசிப்பு, நாடகம் என இல்லாதது ஒன்றில்லை இவரிடம் இருந்து அறிந்துகொள்ள.

தமிழ் இலக்கியம் மற்றும் உலக இலக்கியம் இந்த இரண்டில் மட்டுமே மையம் கொண்டிருந்த எழுத்தாளர்கள் மத்தியில் இந்திய இலக்கியத்தின் முக்கியத்துவத்தை வலியுறுத்திய எழுத்தாளர். இந்தியாவின் பிற மொழி இலக்கியங்களைக்குறித்து விரிவாக எழுதியவர். மட்டுமல்லாமல், சமகால இந்திய இலக்கியச் சிகரங்களைக் குறித்தும் தொடர்ந்து அறிமுகப்படுத்தி வருபவர். ஒரு இலக்கியவாதியாக அனைத்து திசைகளின் சாளரங்களையும் திறந்து வைத்து விருப்பு வெறுப்பின்றி தொடர்ந்து கற்றுக்கொண்டும் கற்றுக்கொடுத்துக் கொண்டும் இருப்பவர்.

நவீன இலக்கியத்தில் மட்டுமே நிலைகொள்ளாமல், மரபிலக்கியங்களையும் ஆழக் கற்றவர். சிங்கப்பூரில் 2012 ஆம் ஆண்டு திருக்குறள் குறித்து இவர் ஆற்றிய குறளுரை இன்றும் என் நினைவில் பசுமையாக இருக்கிறது. சங்க இலக்கியம், சிலப்பதிகாரம் என இவரது மரபிலக்கிய வாசிப்பும் அவை சார்ந்து இவர் தரும் பல புதிய தகவல்களும் வியப்பினை அளிப்பவை. சிலப்பதிகாரம் சார்ந்து இவர் தனிப்பட்ட முறையில் செய்துள்ள ஆய்வுகள், கண்ணகி சிலையின் மேற்பாதியைத் தேடி வருடக்கணக்கில் இவர் எடுத்த முயற்சிகள் என இவரது தேடல்களும் விசித்திரமானவை.

தன் படைப்புகளின் வழியே வரலாற்றைத் தொடர்ந்து விசாரணை செய்து அதன் இடை வெளிகளை நிரப்ப முயல்வதனாலேயே இவர் இலக்கியத்தைத் தாண்டி பண்பாட்டுப் பங்களிப்பையும் ஆற்றிச் செல்கிறார். முதல் நாவலில் மகாபாரத மீள்புனைவு, அடுத்த நாவலில் வெயில் எரியும் நிலத்தின கள்ளர் வரலாறு, அதன் பின் சென்னையின் வரலாறு, இசைக் கலைஞர்களின் வரலாறு, டெல்லி சுல்தான்களின் வரலாறு எனத் தொடர்ச்சியாக வரலாறும், பண்பாடும், இலக்கியமும் சந்திக்கும் புள்ளிகளைத் தன் நாவல்கள் மூலம் கவனப்படுத்தியபடி இருக்கிறார்.

இவரிடம் எதைப் பேசுவது எதை விடுப்பது எனத் தெரியவில்லை. நண்பர்கள் அனைவரின் கேள்விகளுக்கும் பொறுமையாக விடையளித்தார்.

தோண்டத் தோண்ட ஊறும் மணற்கேணியைப் போல இவரிடம் கேள்விகள் கேட்கக் கேட்க பதில்கள் வந்து கொட்டிக்கொண்டே இருக்கின்றன. வெறும் பதில்கள் மட்டுமல்ல அவை. நமக்கான புதிய அறிதல்கள். புதிய வெளிச்சங்கள்.

1. உங்கள் முதல் கதையான ‘பழைய தண்டவாளம்’ கதையிலிருந்து சமீபத்தில் எழுதிய ‘எளிதானது கோபம்’ வரையிலான உங்கள் பயணம் பல்வேறு திசைமாற்றங்களை உள்ளடக்கியதாக உள்ளது. யதார்த்தவாதக் கதைகளில் துவங்கிப் பின்நவீனத்துவக் கதைகளில் புதிய பாய்ச்சலை உண்டாக்கி மீண்டும் நவீன யதார்த்தமுறைக்கு மாறியிருக்கும் இப்பயணம் உங்களால் திட்டமிட்டு நிகழ்த்தப்பட்டதா?

இதுவரை இருநூறு சிறுகதைகளுக்கும் மேலாக எழுதியிருக்கிறேன். எதை எழுதுவது என்று முடிவு செய்கிறேனோ அதுவே வடிவத்தை, கதை சொல்லும் மொழியை, கதை கூறும் முறையைத் தீர்மானம் செய்கிறது. கதை எழுதும் முன்பு இதை ஒரு யதார்த்தக் கதையாக எழுதுவது அல்லது பின்நவீனத்துவக் கதையாக எழுதுவது என்று ஒருபோதும் நினைக்க மாட்டேன். ஒரு கதை எழுதி முடிக்கப்படும்வரை என்ன மாற்றங்களை அடையும் என யாராலும் கணிக்க முடியாது.

சிறுகதை ஒன்றை எழுதி முடித்தவுடன் அதே விஷயத்தை வேறு பாணியிலும் எழுதிப் பார்ப்பேன். சில சமயம் இரண்டு வடிவத்தையும் ஒன்று சேர்ப்பேன். சில சமயம் இரண்டிலும் திருப்தியில்லாமல் மூன்றாவது விதமாக எழுதுவேன். 'பால்யநதி' என்ற சிறுகதையைப் பன்னிரெண்டு முறை திருத்தி எழுதியிருக்கிறேன். ஒவ்வொரு முறையும் சில பத்திகள் கூடும் அல்லது நீக்கப்படும். பெரும்பாலும் கதையை அச்சிற்கு அனுப்பும் வரை திருத்தம் செய்துகொண்டுதானிருப்பேன். அபூர்வமாகவே ஒன்றிரண்டு கதைகள் ஒரே தடவையில் எழுதி அவ்வளவுதான் என்று உணர்ந்திருக்கிறேன்.

குவார்னிகா (Guernica) வரைந்த பிகாசோதான் ஆடு ஒன்றையும் வரைந்திருக்கிறார். இரண்டிலும் அவரது முத்திரையிருக்கிறது. அவரே தன் கோடுகள் எவ்வாறு அரூபத்தை நோக்கிச் செல்கிறது என்பதை வரிசையாக வரைந்தும் காட்டியிருக்கிறார்.

'சிற்பியின் நரகம்' எழுதிய புதுமைப்பித்தன்தான் 'திருக்குறள் செய்த திருக்கூத்து' சிறுகதையும் எழுதியிருக்கிறார். 'செல்லம்மாள்' கதையும் பெண்ணைப் பற்றியதுதான். காஞ்சனையும் பெண்ணைப் பற்றியதுதான். ஆனால் அதற்கிடையில் எவ்வளவு வேறுபாடு. பிகாசோவின் ஓவியங்களை early work, the Blue Period, the Rose Period, the African Period, Cubism, Neoclassicism, Surrealism என வகைப்படுத்துகிறார்கள். வண்ணங்களைப் பயன்படுத்தும் விதத்திலிருந்தும் உருவங்களை வரையும் முறையிலும் இந்த மாற்றங்களைக் கண்டறிகிறார்கள். எழுத்தும் இது போன்றதே. நல்ல படைப்பாளியிடம்

இது போன்ற நாலைந்து எழுத்து மாற்றங்களைக் காணமுடியும், இதை ஒரு கலைஞனின் இயல்பான வளர்ச்சியாகவே நினைக்கிறேன்.

நான் எழுதத் துவங்கிய எண்பதுகளில் சிறுபத்திரிகைச் சூழல் வலிமையாக இருந்தது. அதில் வெளியான சிறுகதைகளுக்கும் பெரிய இதழ்களில் வெளியான கதைகளுக்கும் உள்ள வித்தியாசம் மிகப்பெரியது. அந்த நாட்களில் புதுமைப்பித்தன், வண்ணநிலவன், வண்ணதாசன், கு.அழகிரிசாமி கதைகளை மிகவும் விரும்பிப் படித்தேன். என் முதற்தொகுப்பிலுள்ள கதைகளில் அவர்களின் சாயல் இருக்கும். அந்தக் கதைகளுக்கு நல்ல வரவேற்பு கிடைத்தது.

அதன்பிறகு லத்தீன் அமெரிக்கச் சிறுகதைகளைத் தொடர்ச்சியாக வாசித்து வந்தேன். நானும் கோணங்கியும் ஊர் ஊராகப் போய் இலக்கியவாதிகளைச் சந்தித்து லத்தீன் அமெரிக்க இலக்கியம் பற்றிப் பேசினோம். விவாதித்தோம். ஓர் எழுத்தாளர் எங்களை லத்தீன் அமெரிக்க ஆவிகள் பிடித்து ஆட்டுவதாகத் திட்டி அனுப்பி வைத்தார். இன்னொருவர் எங்களைச் சந்திக்க மாட்டேன், நீங்கள் என்னைக் குழப்பிவிடுவீர்கள், அதன்பிறகு என்னால் கதை எழுத முடியாது என்று வீட்டின் வாசலோடு துரத்திவிட்டார். நாங்கள் எழுத்தாளர்கள் வீட்டுக் கதவைத் தட்டி லத்தீன் அமெரிக்க எழுத்தாளர்களின் பெயர்களைச் சொல்லி மிரட்டுவதை நிறுத்தவில்லை. வேடிக்கையான அனுபவங்கள். அப்போதே லத்தீன் அமெரிக்கச் சிறுகதைகள் பற்றி திருவண்ணாமலையில் உரை நிகழ்த்தியிருக்கிறேன்.

அந்த நாட்களில் திருவண்ணாமலைதான் எங்களின் மையம். நானும் கோணங்கியும் எந்த இரவில் பவா. செல்லதுரை வீட்டிற்குச் சென்றாலும் வரவேற்று உணவு தருவார். நாட்கணக்கில் தங்கி இலக்கியம் பேசுவோம். 'ஸ்பானிய சிறகுகளும் வீரவாளும்' என்றொரு சிறுகதைத் தொகுப்பு தயாரித்தோம். அதில் பாதி லத்தீன் அமெரிக்க எழுத்தாளர்களின் கதைகள். மீதி பாதி தமிழ்ச் சிறுகதைகள். இப்படி ஒரு தொகுப்பு வேறு இந்திய மொழிகளில் வெளிவந்திருக்குமா என்று தெரியாது.

திருவண்ணாமலைக்கு ஜெயமோகன் வருவார். பாவண்ணன் வருவார். சுந்தர ராமசாமி வந்திருக்கிறார். பாலச்சந்திரன் சுள்ளிக்காடு வந்திருக்கிறார். அன்றும் இன்றும் அது முக்கியமான இலக்கிய மையமாகவே இருக்கிறது.

லத்தீன் அமெரிக்கச் சிறுகதைகள் புதிய கருப்பொருட்களைக் கண்டறியவும், புதிய கதை மொழியையும் கற்றுத்தந்தது. காப்காவின் 'உருமாற்றம்' கதையை வாசித்த கேப்ரியல் கார்சியா மார்க்வெஸ், அது தன் பாட்டி சொல்லும் கதையைப் போல விநோதமாக இருப்பதாகச் சொல்கிறார். அப்படித்தான் மார்க்வெஸை வாசித்தபோது நம் ஊர் கதைச் சொல்லியின் குரல் போல ஒலிப்பதாக உணர்ந்தேன். அவரது மேஜிக்கல் ரியலிசக் கதை சொல்லும் முறையின்மீது ஆர்வம் கொண்டு சிறுகதைகள் எழுதினேன். 'தாவரங்களின் உரையாடல்' கதை சுபமங்களாவில் வெளியானது. இன்று வரை அந்தக் கதை எனது முக்கியமான கதையாகக் கொண்டாடப்படுகிறது. அந்தக் கதையை வெளியிட்ட கோமலை இந்தத் தருணத்தில் நினைத்துக்கொள்கிறேன். வேலையில்லாமல் அலைந்த என்மீது அவர் காட்டிய அன்பு மறக்க முடியாதது.

'பால்யநதி' மாறுபட்ட சிறுகதைகளைக் கொண்டது. 'மழை மான்' இன்னொரு விதம். இப்படி இருபது சிறுகதைத் தொகுப்புகளில் நூற்றுக்கும் மேற்பட்ட கதை முறைகளைக் கையாண்டிருக்கிறேன். 'நூறு கழிப்பறைகள்' கதையை வாசித்திருக்கிறீர்களா? அது புதுவகைச் சிறுகதை. 'பதினெட்டாம் நூற்றாண்டின் மழை', 'அப்போதும் கடல் பார்த்துக் கொண்டிருந்தது' முற்றிலும் புதியவகைச் சிறுகதைகள். 'அவளது வீடு' என்ற எனது சிறுகதையைப் படித்துவிட்டு சென்னையிலுள்ள ஒரு நிறுவனம் இருபதாயிரம் ரூபாய் எனக்குப் பரிசாக அனுப்பி வைத்தார்கள். ஒரு சிறுகதையை எப்படி வரவேற்கிறார்கள் பாருங்கள்.

இப்படி நான்கைந்து கதாகாலங்கள் எனக்குண்டு. அதை என் எழுத்தில் காணமுடியும். இன்று ஒரே தொகுப்பில் இந்த நான்கைந்துவிதமான எழுத்துமுறை கொண்ட கதைகளும் இடம்பெறுகின்றன.

ஒரு கதையைச் சொல்வதற்கு ஆயிரம் வழிகள் இருக்கின்றன. புதிய வழிகளை, புதிய கதை மொழியை, புதிய வடிவத்தைப் பரிசோதனை செய்து பார்க்கிறவனாகவே எப்போதும் இருக்கிறேன். அதே நேரம் பாஸ்போர்ட் சைஸ் புகைப்படம் போலச் சிறுகதைக்கெனச் சில மாறாத வடிவங்கள் இருக்கின்றன. அதையும் அவ்வப்போது எழுதுகிறேன். பாஸ்போர்ட் சைஸ் புகைப்படங்களும் தேவையாகத்தானே இருக்கின்றன.

ஒரு கதைக்குள் கதை என்று எதைச் சொல்கிறோம். நிகழ்வுகளை, அனுபவத்தை. அது பிரதிபலிக்கும் சமூக விஷயங்களைத்தானே. அதைத்தான் யதார்த்தக் கதைகள் வெளிப்படுத்துகின்றன. ஆனால் கதை என்பது அது மட்டுமில்லையே. இதுதான் சிறுகதை என்று எவராலும் வரையறை செய்துவிட முடியாது.

உள்ளூர் இசைக்கலைஞர் வயலினைப் பயன்படுத்தும் விதமும் நோக்கமும் வேறு. மொசார்ட் வயலினைப் பயன்படுத்தும் விதம் வேறு. ஒரே இசைக்கருவிதான், ஆனால் நீங்கள் யார் என்பதே உயர்ந்த இசையினை முடிவு செய்கிறது.

கதாபாத்திரத்தின் மனவோட்டத்தை, முன்பின்னான காலத்தை, நினைவுகளின் சிதறடிப்பை, ஆழமான மனவிகாரங்களை, பயத்தை, விசித்திரத்தை, விநோதமான கற்பனையைச் சொல்ல முற்படும்போது கதையின் சொல்முறை மாறிவிடுகிறது.

வயதும் அனுபவமும் வாசிப்பும்தான் என் கதைகளில் ஏற்பட்ட மாற்றத்திற்கான முக்கிய காரணம் என்பேன். நாவலை விடவும் சிறுகதையே மிகவும் சவாலான வடிவம். இன்றும் ஒரு புதிய சிறுகதை எழுதுவது சவாலான விஷயமே.

உ. 'வெயிலைக் கொண்டு வாருங்கள்' தொகுப்பில் பல்வேறு விதமான பின்நவீனத்துவக் கூறுமுறைகளைக் கொண்ட கதைகள் இருந்தன. 'ஏழு இறகுகள்', 'சோர் பஜார்', 'சாக்கியுனின் பல்', 'நாளங்காடி பூதம்' போன்ற கதைகளை உதாரணமாகச் சொல்லலாம். இப்போதும் அது போன்ற ஒரு தொகுதியைக் கொண்டுவரும் திட்டமுள்ளதா?

இந்த லாக்டவுன் நாட்களில் அப்படியான குறுங்கதை களாக 125 கதைகளை எனது இணையதளத்தில்

எழுதினேன். அந்தக் கதைகள் தற்போது 'கர்னலின் நாற்காலி' என்ற பெயரில் தனி நூலாக வெளிவரவுள்ளது. குறுங்கதைகள் மீது எனக்கு எப்போதும் விருப்பம் அதிகம். பெரும்பாலும் தீர்க்கதரிசிகள், ஞானிகள், துறவிகள்தான் குறுங்கதைகளை அதிகம் சொல்லியிருக்கிறார்கள். அது ஓர் உபதேச வழி. ஆனால் அந்த வடிவத்தை மட்டும் எடுத்துக்கொண்டு புதிய கதைக்கருவை, புதிய கதைமொழியை நான் முயன்று பார்த்திருக்கிறேன். ஜென் கதைகளில் அன்றாட வாழ்க்கையின் நெருக்கடிகள் சிக்கல்கள் கிடையாது. பெரிய மாயமும் கிடையாது. இரண்டினையும் கலந்து ஜென் கதையின் மாற்றுவடிவம் போலச் சில குறுங்கதைகளை எழுதியிருக்கிறேன்.

முன்பு 'நகுலனின் வீட்டில் யாருமில்லை' என்று குறுங்கதைகள் மட்டுமே கொண்ட தொகுப்பினை வெளியிட்டிருக்கிறேன். அது சிறந்த வரவேற்பைப் பெற்றது.

மாயமும் யதார்த்தமும் ஒன்று சேர்ந்த சிறுகதைகளை இப்போது எழுதிக்கொண்டுதானே இருக்கிறேன். 'போயர்பாக் கண்டறிந்த மழைக்கோவில்' அப்படியான கதைதானே. 'தண்ணீரின் நிறவுகோல்' சிறுகதையில் போர்ஹெஸ் ஒரு கதாபாத்திரமாக வருகிறார். அமெரிக்கப் பல்கலைக்கழகத்தில் கவிதை வகுப்பெடுக்கும் அவரைத் தமிழகத்தைச் சேர்ந்த ஓர் இளைஞன் கேள்வி கேட்கிறான். புனைவின் புதிய சாத்தியம் என்பது இது போன்றதுதானே.

3. நீங்கள் ஒவ்வொரு பத்து வருடங்களுக்கும் ஒரு வாசிப்புத் திட்டம் தீட்டி அதைக் கண்டிப்பாகச் செயல்படுத்துபவர் என்று அறிவோம். தற்போது உங்களின் வாசிப்புத் திட்டம் என்னவாக இருக்கிறது?

பத்து ஆண்டுகளுக்கு ஒருமுறையில்லை. ஒவ்வோர் ஆண்டும் டிசம்பர் மாதம் அடுத்த ஆண்டில் என்ன படிக்கலாம் என்று ஒரு துறையை, பிரிவைத் தேர்வு செய்வேன். ஓர் ஆண்டு கிரேக்க இலக்கியம் படித்தேன். ஓர் ஆண்டு சீன இலக்கியம் படித்தேன். இன்னோர் ஆண்டு அடிப்படைத் தத்துவங்களை வாசித்தேன். இப்படிப் படிப்பதை Study என்று நான் கருதுகிறேன். கல்லூரியோடு Study முடிந்துவிடக்கூடாது

என நினைப்பவன். ஆகவே வாழ்க்கை வரலாறு, பயணநூல்கள், ஜென் இலக்கியம், பௌத்த தத்துவம், ஐரோப்பிய இலக்கியம் என ஆண்டிற்கு ஒரு விஷயத்தைத் திட்டமிட்டு அதன் ஆதாரமான, அடிப்படையான புத்தகங்களைத் தேர்வு செய்து வாசிப்பேன். எத்தனை புத்தகம் என்று வரையறை கிடையாது. ஆனால் குறைந்தபட்சம் முக்கியமான ஐம்பது புத்தகங்களை அந்த வகையில் படித்துவிடுவேன். இது தவிர, விரும்பிப் படிக்கும் எழுத்தாளர்களின் புத்தகங்கள், அனுப்பி வைக்கப்படும் புத்தகங்கள், கண்காட்சிதோறும் வாங்கும் புத்தகங்கள் என நிறைய வாசிப்பேன்.

எனது காரில், வீட்டில், படுக்கை அறையில், எழுதும் மேஜையில் எங்கும் புத்தகங்கள்தான். ஒரே நேரத்தில் இரண்டு மூன்று புத்தகங்களை வாசிக்கும் பழக்கம் எனக்குண்டு. கிண்டில், இணையதள நூலகம் என எல்லா வழிகளிலும் படிப்பேன். மல்லாங்கிணர் என்ற சிற்றூர்வாசியான என்னைப் புத்தகங்கள்தானே இந்தப் பெரிய உலகினைப் புரிந்துகொள்ளச் செய்தது. என்னை எழுத்தாளராக்கியது.

ஒரு நாளைக்கு இத்தனை மணி நேரம் என்று நேரம் வகுத்துக்கொண்டு படிப்பதில்லை. கிடைக்கும் நேரமெல்லாம் படிப்பேன். படிக்க வேண்டிய புத்தகங்கள் சேர்ந்துவிட்டால் மாதம் ஒரு முறை சனி ஞாயிறு என இரு தினங்களை ஒதுக்கிச் சாப்பிடுவது படிப்பது என்று நாளைக் கழிப்பேன்.

பழைய புத்தகக் கடைகளைத் தேடிப் போவது எனக்கு விருப்பமான விஷயம். நிறைய பழைய புத்தகக் கடைக்காரர்கள் எனது நண்பர்கள். நல்ல புத்தகங்களை மிகக் குறைந்த விலைக்குத் தருவார்கள்.

தினமும் ஒன்றோ இரண்டோ கவிதைகள் படிப்பேன். ஒரு நாளைக்குத் தேவையான மகிழ்ச்சி அதிலிருந்து கிடைத்துவிடும்.

4. புத்த பிக்ஷினியின் வாழ்க்கையை மையப்படுத்தி ஒரு நாவல் எழுதும் திட்டம் இருப்பதாக ஒரு நேர்ப்பேச்சில் குறிப்பிட்டிருந்தீர்கள். அதற்கான உந்துதல் பற்றிச் சொல்லுங்கள். அந்த நாவல் எப்போது வெளிவரும்?

பத்து ஆண்டுகளுக்கு முன்பு 'தமயா' என்றொரு நாவலை எழுதினேன். அது புத்தபிக்குணிகள் பற்றியது. பாதி எழுதிக் கொண்டிருக்கும்போது நாவல் நின்றுவிட்டது. அதை என் விருப்பத்திற்காக உடனே முடிக்க விரும்பவில்லை. ஆகவே அப்படியே விட்டுவிட்டேன். சில நாவல்களை எழுதுவதற்கு நாம் விரும்பினால் மட்டும் போதாது. அதற்கான மனநிலையும் அனுபவமும் ஞானமும் கிடைக்கும்போதுதான் எழுத முடியும். தமயாவிற்காக நானும் காத்திருக்கவே செய்கிறேன்.

5. 'நூலக மனிதர்கள்' என்ற தலைப்பில் சிறப்பான கட்டுரைத் தொடரை தங்கள் வலைத்தளத்தில் எழுதிக்கொண்டிருக்கிறீர்கள். நூலகத்தை மையமாக வைத்து, விசித்திரமான மனிதர்களும், விசித்திரமான அனுபவங்களும் தொடர்ந்து வந்துகொண்டேயிருக்கின்றன. கிட்டத்தட்ட 'துணையெழுத்து' கட்டுரைத் தொடர் வழங்கிய அதே அனுபவத்தை இந்தத் தொடரும் அளிக்கிறது. பத்திரிகைகளில் வாராவாரம் பத்தி எழுதுவதற்கும் உங்கள் தளத்திலேயே இது போன்ற சிறந்த கட்டுரைத் தொடரை வெளியிடுவதற்கும் நிறைய வித்தியாசங்கள் உள்ளன என நினைக்கிறோம். ஒவ்வொரு வாரமும் காத்திருக்காமல் வாசகர் உடனடியாக இக்கட்டுரைகளை வாசித்து விடமுடிகிறது. உங்களுக்கும் அதிகம் எழுதுவதற்கான ஒரு வெளியை இது உருவாக்குகிறது என நம்புகிறோம். எதிர்காலத்திலும், இதைப் போன்று கட்டுரைத் தொடர்களை உங்கள் வலைதளத்திலேயே பிரசுரிப்பீர்களா?

விகடனில் அதிக கட்டுரைத் தொடர்கள் எழுதியது நானாகத்தான் இருக்கக்கூடும். சுஜாதா நிறைய தொடர்கதைகள் எழுதியிருக்கிறார். 'கற்றதும் பெற்றதும்' போல நீண்டகாலப் பத்தி எழுதியிருக்கிறார். ஆனால் 'துணையெழுத்து', 'கதாவிலாசம்', 'தேசாந்திரி', 'சிறிது வெளிச்சம்', 'கேள்விக்குறி', 'எனது இந்தியா' என மாறுபட்ட பத்துக் கட்டுரைத் தொடர்களை எழுதியிருக்கிறேன். இதில் சில தொடர்கள் ஒன்றரை ஆண்டுகள் வெளியாகியிருக்கின்றன. 'துணையெழுத்து' மிகப்பெரிய அடையாளத்தை எனக்கு உருவாக்கித் தந்தது. இது போலவே தமிழ் இந்துவிலும் மூன்று கட்டுரைத் தொடர்கள் எழுதியிருக்கிறேன். இதற்கெனத் தனியே வாசகர்கள் உருவாகியிருக்கிறார்கள்.

லாக்டவுன் காரணமாக வீட்டில் இருப்பவர்களுக்கு வாசிப்பதற்கென்றே 'நூலக மனிதர்கள்', 'காந்தியின்

நிழலில்', 'காலைக்குறிப்புகள்' என்று மூன்று கட்டுரைத் தொடர்களை எனது இணையத்தில் எழுதி வருகிறேன். இணையத்தில் வாசிப்பதற்கென்றே தனி வாசகர்கள் இருக்கிறார்கள். படித்துவிட்டு உடனே மின்னஞ்சல் எழுதுகிறார்கள்.

சராசரியாக ஒரு நாளைக்குப் பத்தாயிரம் பேருக்கும் மேலாக அந்தக் கட்டுரைகளை வாசிக்கிறார்கள். என்னுடைய இணையதளத்தில் எழுதுவது கூடுதல் சுதந்திரமாகவே உள்ளது. எனது இணையதளத்தைப் புதிதாக வடிவமைப்பு செய்துள்ளார்கள். ஆகவே புதிய தொடர்களை அதிலும் எழுதவே செய்வேன்.

6. 'நம் காலத்து நாவல்கள்', 'விழித்திருப்பவனின் இரவு' போன்ற நூல்கள் பல்கலைக்கழகப் பாடங்களாக இடம்பெறும் தகுதிவாய்ந்தவை. உலக இலக்கியத்தை அறிந்துகொள்ளும் ஆர்வமுடைய எவரும் இந்த நூல்களிலிருந்தே தங்கள் வாசிப்பைத் துவங்கலாம். இது போன்ற நூல்கள் எழுதுவதற்கான உந்துதல் என்ன?

நான் படித்த உலகின் சிறந்த புத்தகங்களை, எழுத்தாளர்களைப் பற்றித் தொடர்ந்து எழுதி வருகிறேன். என் நோக்கம் இளம்வாசகனைப் புதிய விஷயங்களை வாசிக்க வைப்பது மட்டுமே.

சென்ற ஆண்டுகூட விகடன் தடம் இதழில் சமகால உலகக்கவிஞர்கள் பற்றி 'கவிதையின் கையசைப்பு' என்ற தொடர் எழுதினேன். அது தனி நூலாக வந்துள்ளது. அதிலுள்ள கவிஞர்கள் சமகாலத்தைச் சேர்ந்த முக்கியமானவர்கள். அவர்களின் தேர்ந்தெடுக்கப்பட்ட கவிதைகளையும் சமயவேல் அவர்களின் உதவியோடு மொழிபெயர்ப்பு செய்து வெளியிட்டுள்ளேன்.

கொரியாவின் கோ யுன் கவிதைகளை விரும்பி வாசித்தேன். அவரை அறிமுகம் செய்து கட்டுரை எழுதினேன். இன்று அவரது தேர்வு செய்யப்பட்ட கவிதைகளைத் தமிழில் கொண்டுவரப்போகிறார்கள் என்று கேள்விப்படுகிறேன். வாசிப்பு இப்படித்தான் தொடர்செயலாக மாறும்.

'உலகை வாசிப்போம்', 'மேற்கின் குரல்', 'நிலவழி', 'வீடில்லாப் புத்தகங்கள்' என நிறைய நூல்கள் வெளியாகியுள்ளன. இவை தமிழ் மட்டுமே வாசிக்கத்

தெரிந்த ஓர் இளம்வாசகனுக்கு உலக இலக்கியத்தை அறிமுகம் செய்து வைப்பவை. அந்த வகையில் க.நா.சு.வே எனது முன்னோடி.

அவரது பரந்த வாசிப்பினை நினைத்து நினைத்து வியக்கிறேன். எப்படி அவரால் செல்மா லாகர்லெவைக் (Selma Lagerlöf) கண்டுபிடிக்க முடிந்தது! எப்படி அவரால் ரோஜர் மார்டின் தூ கார்டு (Roger Martin du Gard) எழுதிய தபால்காரனைக் (Vieille France) கண்டறிந்து மொழியாக்கம் செய்ய முடிந்தது! இன்றுள்ள எந்த வசதியும் இல்லாத நிலையில் படிப்பதற்காகவே அவர் பல நகரங்களுக்குப் போயிருக்கிறார். கிடைத்த பணத்தில் எல்லாம் புத்தகம் வாங்கியிருக்கிறார். பாரீஸிற்குச் சென்று ஆல்பெர் காம்யூவைச் சந்தித்து உரையாடியிருக்கிறார். க.நா.சு. நாம் கொண்டாட வேண்டிய மிகப்பெரும் ஆளுமை.

புதுமைப்பித்தன் தன் காலத்தின் முக்கியமான உலக எழுத்தாளர்களைத் தேடிப்படித்து மொழிபெயர்ப்பு செய்திருக்கிறார். சி.சு.செல்லப்பா, க.நா.சு. அசோகமித்திரன், சுந்தர ராமசாமி, பிரம்மராஜன் என முக்கிய படைப்பாளிகள் பலரும் உலகின் சிறந்த புத்தகங்களை வாசித்து அறிமுகம் செய்திருக்கிறார்கள். மொழியாக்கம் செய்திருக்கிறார்கள். ஆகவே என் முன்னோடிகளின் வழியில்தான் நானும் செல்வதாக நினைக்கிறேன்.

இப்போது Annie Ernaux என்ற பிரெஞ்சு எழுத்தாளரை விரும்பிப் படித்து வருகிறேன். என்ன அற்புதமாக எழுதுகிறார். இவரது The Years, A Woman's Story, A Girl's Story முக்கியமான புத்தகங்கள். இப்படி ஒருவரைப் படித்துவிட்டு மனதிற்குள் ரகசியமாக ஒளித்து வைத்துக்கொள்வது எப்படி? நிச்சயம் அறிமுகப்படுத்தி எழுதவே செய்வேன்.

7. நீங்கள் ஒவ்வொரு நாளும் வாசிப்பு மற்றும் எழுத்துக்கான நேரத்தை எவ்வாறு திட்டமிடுகிறீர்கள்? நடுவே சினிமாவுக்கும் எழுதுகிறீர்கள். பயணம் செல்கிறீர்கள். உலக சினிமாக்களைப் பார்க்கிறீர்கள். பதிப்பக வேலைகள், இதர பத்திரிகைகளுக்கான சிறுகதைகள், உரைகளுக்கான தயாரிப்புகள் மற்றும் 'சென்னையும் நானும்' போன்ற காணொளித் தொடர்கள். எப்படி இதைச் சாத்தியப்படுத்துகிறீர்கள்?

மேற்கத்திய எழுத்தாளர்களின் வாழ்க்கை முறையைப் பற்றி வாசித்தபோது அவர்கள் எழுதுவதற்காக, படிப்பதற்காக, பயணம் செய்வதற்காகத் தனித்தனி நேரம் ஒதுக்கிச் செயல்படுகிறார்கள் என்பதை அறிந்தேன். இந்தப் பழக்கத்தை என் கல்லூரி நாட்களில் இருந்தே கடைபிடிக்கத் துவங்கினேன்.

நான் தற்செயலாக எழுத வரவில்லை. எழுத்தாளன் ஆவது என்று மட்டுமே முடிவு செய்து அதற்காக என்னைத் தயார் செய்துகொண்டவன். எழுத்தை மட்டுமே நம்பி சென்னையில் வாழ்பவன். முழுநேர எழுத்தாளன். அதன் சிரமங்களைச் சொன்னால் புரியாது. எப்போதும் நேரத்தை வீணடிக்கக் கூடாது என்று மிகக் கவனமாகச் செயல்படுவேன்.

Daily Rituals: How Artists Work by Mason Currey என்ற புத்தகத்தைப் படித்துப் பாருங்கள். ஒவ்வோர் எழுத்தாளரும் எத்தனை மணி நேரம் எழுதினார், எப்படி ஒரு நாளை வகுத்துக்கொண்டார் என்று சுவாரஸ்யமாக எழுதப்பட்டிருக்கிறது.

'மேடம் பவாரி' (Madame Bovary) எழுதிய பிளாபெர்ட் (Gustave Flaubert) தினமும் காலை பத்துமணிக்குத்தான் தூங்கி எழுந்துகொள்வார். புகை பிடிப்பது, தலைவலி மாத்திரை போட்டுக்கொள்வது, குளிர்ந்த தண்ணீர்க் குளியல் என முடித்து பதினொரு மணிக்குக் காலை உணவு சாப்பிடுவார். மதியம் ஒரு மணி முதல் இரவு ஒரு மணி வரை எழுதுவார். இதுதான் அவரது நடைமுறை.

வில்லியம் சரோயன் (William Saroyan) மதியம் 1.30 மணிக்குத்தான் படுக்கையை விட்டு எழுந்துகொள்வார். அதன்பிறகுதான் அவரது நாளே துவங்கும். பாமுக் (Orhan Pamuk) எழுதுவதற்கென்றே ஓர் அறை வாடகைக்கு எடுத்து வைத்திருக்கிறார். அங்கே போய்தான் எழுதுவார். மாயா ஏஞ்சலோ (Maya Angelou) விடுதி ஒன்றில் வாடகை அறை ஒன்றை எடுத்து அங்கே போய் எழுதிவிட்டு வருவார். அந்த அறையின் தரை முழுவதும் அவர் எழுதிய காகிதங்கள் கிடக்கும். இப்படி எழுத்தைப் போலவே எழுத்தாளர்களும் வித்தியாசமானவர்கள்.

எழுதத்துவங்கிய நாட்களில் பெரும்பாலும் இரவு ஒன்பது மணிக்குத் துவங்கி காலை நாலு மணி வரை எழுதுவேன், பகலில் உறங்கிவிடுவேன். மதியம்தான் எழுவேன். பின்பு படிப்படியாக இரவில் எழுதுவதைக் குறைத்துக்கொண்டு காலை இரண்டு மணி நேரம், இரவு நான்கு மணி நேரம் என மாற்றிக்கொண்டேன்.

இப்போது எனக்கென ஓர் அலுவலகம் வைத்திருக்கிறேன். அங்கே போய் தினசரி எழுதுவேன். பெரும்பாலும் நான்கு முதல் ஐந்து மணி நேரம் எழுதுவேன். பிறகு இரண்டு மணி நேரம் ஓய்வு. பிறகு வாசிப்பேன். மாலை நடைப்பயிற்சி செல்வேன். காலையில் யோகா செய்வேன். இரவில் ஓர் அயல்நாட்டுத் திரைப்படம் பார்ப்பேன். ஆண்டுதோறும் உலகத் திரைப்பட விழாக்களுக்குப் போய் வருவேன். கடந்த சில ஆண்டுகளாக நானே சில திரைப்பட விழாக்களின் நடுவராகப் பணியாற்றுகிறேன். ஆகவே நிறைய படங்களை இணையம் வழியே தனியே பார்த்துக்கொள்ள முடிகிறது. நல்ல படங்களை நண்பர்கள் பல்வேறு நாடுகளில் இருந்தும் வாங்கி அனுப்பித் தருகிறார்கள். என்னிடமே பெரிய கலெக்சன் இருக்கிறது.

நிறைய பயணம மேற்கொள்வேன். அதற்கென நாட்களை ஒதுக்கி வைத்துக்கொள்வேன். பயணத்தின் போது எதையும் எழுத மாட்டேன். பார்க்கிற விஷயங்களைக் குறிப்பு எடுத்துக்கொள்ள மாட்டேன்.

வீட்டில் அல்லது அலுவலகத்தில் என் அறையில் மட்டும்தான் என்னால் எழுத இயலும். வேறு ஒரு புது இடத்தில் என்னால் ஒரு வரி எழுத இயலாது. ஆகவே சினிமாவிற்கு எழுதும்போதுகூட ஹோட்டல் அறையில் எழுத மாட்டேன். என் அறையில்தான் என்னால் சுதந்திரமாக, நெருக்கமாக உணர முடிகிறது.

சிற்றிதழ்களும் வெகுஜன ஊடகங்களும் ஒன்றை ஒன்று தீண்டத் தகாதவையாகக் கருதும் சூழலைப் பற்றி உங்கள் கருத்து? இதில் மாற்றம் வேண்டுமா? என்ன செய்யலாம்?

உலகம் முழுவதும் இந்த இடைவெளி இருக்கிறது. அதை மாற்ற இயலாது. காரணம், இரண்டின்

நோக்கங்களும் வேறுவேறு. ஆனால் இந்த இடைவெளி முன்பு இருந்ததை விடவும் சற்றுக் குறைய ஆரம்பித்துள்ளது. எண்பதுகளில் அசோகமித்திரன், சா.கந்தசாமி, பிரபஞ்சன் கதைகள் குமுதம், விகடன் வார இதழ்களில் வெளியாகியுள்ளன. அது மெல்ல வளர்ந்து இன்று தமிழில் எழுதும் முக்கிய எழுத்தாளர்கள் அனைவரும் வார இதழ்களில் கதையோ, கட்டுரையோ, கவிதையோ அல்லது பத்திகளோ எழுதியிருக்கிறார்கள். சிறுபத்திரிகையாளர்கள்தான் அதிகம் பொழுதுபோக்கு வார இதழ்களில் பணியாற்றுகிறார்கள். ஆகவே இந்த இடைவெளி முன்பைவிடக் குறைந்திருக்கிறது. ஆனால் பொழுதுபோக்கு இதழ்களின் கவனமும் நோக்கமும் மாறிவிடவில்லை. அது முன்பைவிட இப்போது மிகவும் விஸ்வரூபம் எடுத்துள்ளது. அதை மாற்றுவது எளிதானதில்லை.

சிறுபத்திரிகைகள் எப்போதும் போலத் தீவிரமான மொழிபெயர்ப்புகள், கதை - கவிதைகள், நேர்காணல்கள் எனத் தனது தனித்துவத்துடன் இன்றும் வெளியானபடியேதான் இருக்கின்றன. இந்த இரண்டினையும்விட உண்மையான சவால் இணைய இதழ்கள் மற்றும் பேஸ்புக் வலைதளம் போன்ற சமூக ஊடங்களின் வழியே எழுதுவது. வெற்று அபிப்ராயங்கள், வம்புகள், வெறுப்புகளைக் கொட்டுகிறார்கள். பொதுவெளியில் இவ்வளவு வசைகள், கேவலமான பதிவுகள் இதன்முன்பு வெளிப்பட்டதில்லை. அதை எப்படி எதிர்கொள்ளப்போகிறோம் என்பதுதான் முக்கியமான பிரச்சனையே.

8. காந்தியைப் பற்றித் தொடர்ந்து எழுதி வருகிறீர்கள். காந்தியைப் பற்றிய எதிர்மறையான விமர்சனங்களே மலிந்திருக்கும் இன்றைய சூழலில், அவரைக் குறித்து நேர்மறையாகவும், இளம் தலைமுறையினருக்கு விழிப்புணர்வு ஏற்படுத்தும் வகையில் காந்தி குறித்த கதைகளையும், கட்டுரைகளையும் தொடர்ந்து எழுதி வருகிறீர்கள். காந்தியை நீங்கள் எப்படி அறிமுகம் செய்துகொண்டீர்கள்? உங்கள் வாழ்விலும் எழுத்திலும் காந்தியின் பாதிப்பு மற்றும் அவரை அறிந்துகொள்ள உதவும் சில முக்கியமான நூல்கள் இவற்றைப் பற்றி?

காந்தியின்மீது எப்போதுமே பெருமதிப்பு கொண்டிருக்கிறேன். காந்தி எழுதியவற்றை ஆழ்ந்து

வாசித்திருக்கிறேன். காந்தியவாதிகள் பலருடன் நெருங்கிப் பழகியிருக்கிறேன். காந்தி குறித்து ‘காந்தியோடு பேசுவேன்’, ‘காந்தியைச் சுமப்பவர்கள்’ என்று இரண்டு சிறுகதைகள் எழுதியிருக்கிறேன். சில கட்டுரைகள் எழுதியிருக்கிறேன். தற்போதும் ‘காந்தியின் நிழலில்’ என இணையத்தில் ஒரு கட்டுரைத் தொடர் எழுதி வருகிறேன். காந்தியைப் பின்தொடர்வது என்பது சத்தியத்தைப் பின்தொடர்வதாகும். காந்திமீதான எதிர்மறை விமர்சனங்கள் பெருகிவரும் இன்றைய சூழலில் காந்தியைப் பற்றிப் பேசுவது எழுதுவது முக்கியமான செயல் என்று நினைக்கிறேன்.

காந்தி இன்று பொதுவெளியில் அற்பர்களால் அவமதிக்கப்படுகிறார். காரணமில்லாமல் வெறுக்கப்படுகிறார். பொய்யான குற்றச்சாட்டுகள் அவர் மீது வைக்கப்படுகின்றன. காந்தி தன்னை ஒருபோதும் தேவதூதராகக் காட்டிக் கொள்ளவில்லை. அவரது பலவீனங்கள் யாவும் அவர் எழுதி உலகிற்குத் தெரிய வந்தவைதானே. அவர் தன் தரப்பின் தவறுகளை எப்போதும் ஏற்றுக் கொண்டிருக்கிறார். திருத்திக் கொண்டிருக்கிறார். இந்திய மக்களின் ஆன்மாவைப் புரிந்துகொண்ட மகத்தான தலைவராக காந்தியைச் சொல்வேன்.

காந்தியின் தைரியம், பிடிவாதம், நம்பிக்கை மூன்றையும் முக்கியமானதாக நினைக்கிறேன். இந்த மூன்றும் கடுமையான விமர்சனத்திற்கு உள்ளாகியிருக்கின்றன. ஆனால் அவர் கடைசிவரை தன் நம்பிக்கையில் உறுதியாக இருந்தார். பிடிவாதமாகத் தான் செய்ய நினைத்த நற்காரியங்களைச் செய்தார். தைரியமாகத் தன் கருத்துகளை வெளியிட்டார். களத்தில் செயல்பட்டார். காந்தி இந்தியாவிற்குக் காட்டிய வழி மகத்தானது. அதை நாம் தவறவிட்டுவிட்டோம் என்பது வருத்தத்திற்குரியதே.

9. தமிழ், இந்திய மொழிகள் மட்டுமன்றி உலக இலக்கியத்திலும் சமகாலப் படைப்புகளைத் தொடர்ந்து வாசித்து வருபவர் நீங்கள். தற்கால உலக இலக்கியத்தில் எம்மாதிரியான பரீட்சார்த்த முயற்சிகள் நடந்து வருகின்றன? அவற்றில் எவை தமிழிலும் நிகழ வேண்டும் என நினைக்கிறீர்கள்?

உலகம் முழுவதுமே கதை சொல்லுதலை நோக்கியே இலக்கியம் திரும்பியிருக்கிறது. சமகால நாவல்கள்

விரிவாகக் கதை சொல்லுகின்றன. தலைமுறைகளின் வாழ்க்கை இதிகாசம் போல விரிவு கொள்கிறது. இன்னொரு பக்கம் வரலாற்றை மீள்புனைவு செய்வது, தொன்மங்களைப் புதிய நோக்கில் எழுதுவது, அதிகாரத்திற்கு எதிரான குரலை ஒலிப்பது, பெருநகர வாழ்வின் தனிமையை, நெருக்கடிகளை எழுதுவது எனச் சமகால இலக்கியம் தீவிரமாகச் செயல்படுகிறது. கடந்த பத்தாண்டுகளில் உலக அளவில் மிகப்பெரிய விருதுகளைப் பெற்ற புத்தகங்களைப் பாருங்கள். நினைவுகளைத்தான் பிரதானமாக எழுதுகிறார்கள். தனிநபர்களின் நினைவுகள் என்று சிறிய வட்டத்திற்குள் சுருங்கிவிடாமல் பண்பாடு, சமூகம், வரலாறு, இனப்பிரச்சனை எனப் பரந்த தளத்தில் நினைவுகளை எழுதுகிறார்கள். விசித்திரமும் யதார்த்தமும் ஒன்று கலந்த எழுத்துமுறையே உலகெங்கும் காணப்படுகிறது.

'லிங்கன் இன் தி பார்டோ' (Lincoln in the Bardo) என்ற அமெரிக்க எழுத்தாளர் ஜார்ஜ் சாண்டர்ஸின் மான் புக்கர் பரிசு பெற்ற நாவல் வாழ்க்கைக்கும் மறுபிறப்புக்கும் இடையில் உள்ள இடைநிலையைப் பேசுகிறது. மாயமும் யதார்த்தமும் ஒன்று கலந்து நாவல் எழுதப்பட்டிருக்கிறது.

தமிழ் நிலத்தில் எழுதப்படாத விஷயங்கள் ஓராயிரம் உள்ளன. சங்க கால வாழ்வியலை முதன்மைப்படுத்தி நாவல் எழுதலாம், தமிழகத்திற்கு வந்த யவனர் கிரேக்க வாழ்க்கையைப் பற்றி எழுதலாம். சமணர்கள், பௌத்தர்களின் வாழ்க்கையை, தமிழகத்தில் இருந்த முக்கியமான இசைக்கலைஞர்கள், ஓவியர்கள், சிற்பிகள், நாடக ஆசிரியர்கள் என எவரைப் பற்றியும் இலக்கியத்தில் விரிவாக எழுதப்படவில்லையே. மொசாம்பிக் எழுத்தாளரான Mia Couto நாவல்களைப் பாருங்கள். அளவில் சிறியது என்றாலும் எத்தனை புதிதாக இருக்கிறது. Javier Marías, Elena Ferrante, Carlos Ruiz Zafón, Alessandro Baricco, Annie Ernaux, Marilynne Robinson நாவல்கள் புதிய கதைமொழியை, கதைக்களத்தைக் கொண்டிருக்கின்றன. அவை நமக்கு எதை எழுத வேண்டும் என்பதை அறிமுகம் செய்கின்றன. புதிய கதை சொல்லும் முறையை அடையாளம் காட்டுகின்றன.

10. உங்கள் பார்வையில் இலக்கியத்தில் பெண்களின் பங்களிப்பு குறித்து?

மிகச்சிறப்பாக எழுதக்கூடிய பெண்கள் நிறைய இருக்கிறார்கள். சென்ற ஆண்டு புக்கர் பரிசிற்காகப் பரிந்துரைப் பட்டியலைப் பாருங்கள். பெரும்பாலும் பெண் எழுத்தாளர்கள். அமெரிக்கப் பெண் கவிஞர் லூயி க்ளுக் (Louise Glück) தானே சென்ற ஆண்டு நோபல் பரிசு பெற்றிருக்கிறார். இந்திய அளவில் நிறைய இளம் படைப்பாளிகள் உருவாகியிருக்கிறார்கள். காத்திரமான கதைகளை, கவிதைகளை எழுதுகிறார்கள். முதல் நோபல் பரிசு பெற்ற பெண் எழுத்தாளரான சல்மா லாகெர்லாவ் எனக்கு விருப்பமான பெண் எழுத்தாளர். அவரைப் போலவே வில்லா கேதரை (Willa Cather) விரும்பி வாசித்திருக்கிறேன். மார்க்ரெட் யூரிசனாரின் (Marguerite Yourcenar) சிறுகதைகள் அற்புதமானவை. Isak Dinesen, Anna Akhmatova, Marina Tsvetaeva, Emily Dickinson, Virginia Woolf, Krishna Sobti, Mamoni Raisom Goswami, Qurratulain Hyder, ஆண்டாள், வெள்ளிவீதியார், முத்துப்பழனி, அம்பை, ஹெப்சிபா ஜேசுதாசன், கே.ஆர். மீரா போன்ற படைப்பாளிகளை விரும்பிப் படித்திருக்கிறேன்.

ஒரு பெண் பிரசவிக்கிறாள் என்று ஒரு வரியில் ஒரு ஆண் நாவலில் எழுதிப் போய்விடுகிறான். குழந்தை பிறந்த சந்தோஷம் அவனை எப்படி மகிழ்ச்சிப்படுத்தியது என்று ஒரு பக்கம் எழுதப்படுகிறது. ஆனால் அந்தப் பெண்ணின் பிரசவ வலி, மயக்க மருந்து கொடுத்த நிலை, குருதிப்பெருக்கு, காயம், உடல் நசிவு, பால்கொடுக்க முடியாத வேதனை என எதையும் ஆண்கள் எழுதியதில்லை. அதைத்தான் எனது படைப்பில் நான் எழுதுகிறேன் என்கிறார் Annie Ernaux. இது மிகவும் உண்மை. பெண்கள் குறித்துச் சமயமும் பண்பாடும் உருவாக்கி வைத்த பிம்பங்களுக்கு மாற்றான உண்மையைப் பெண்களே தங்கள் எழுத்தில் அடையாளப்படுத்தினார்கள். சிந்திக்கும், போராடும் பெண்களின் வாழ்க்கையை அவர்களின் கதைகள் மிக அழகாகச் சித்தரித்துள்ளன. குறிப்பாக குடும்பம் குறித்த ஆணின் சித்திரமும் பெண்ணின் சித்தரிப்பும் வேறுவேறானவை. கிருஷ்ண சோப்தி ஞானபீட விருது பெற்ற பெண் எழுத்தாளர். அவரது

நாவல்கள் பெண்ணின் காமம் குறித்துத் தீவிரமாகப் பேசுபவை. இஸ்மத் சுக்தாய் (Ismat Chughtai) மீது நீதிமன்ற வழக்கு தொடுத்தார்கள். இன்றும் பெண்கள் எதை எழுத வேண்டும், எதை எழுதக்கூடாது என்ற பண்பாட்டு நெருக்கடிகள் இருக்கிறது. அதை எதிர்த்துப் போராடித்தான் எழுதுகிறார்கள்.

11. எங்கள் வாசிப்பில் இன்றைய நவீன சிறுகதைகளில் பெண்களை மையமாக வைத்து அல்லது பெண்ணின் கோணத்தில் நிறையச் சிறுகதைகள் எழுதியவர் நீங்கள். 'அவரவர் ஆகாயம்', 'கோகிலவாணியை யாருக்கும் நினைவிருக்காது', 'விரும்பிக் கேட்டவள்', 'அவளது வீடு', 'ஆண்கள் தெருவில் ஒரு வீடு', 'ஆண் மழை', 'பி. விஜயலட்சுமியின் சிகிச்சைக் குறிப்புகள்', 'சௌந்திரவல்லியின் மீசை', 'உனக்கு 34 வயதாகிறது', 'அம்மாவின் கடைசி நீச்சல்', 'காந்தியோடு பேசுவேன்', 'மழைப்பயணி' போன்று நிறையக் கதைகளைச் சொல்லலாம். பெண்களின் உலகை இவ்வளவு நுட்பமாகவும் காத்திரமாகவும் பதிவு செய்திருக்கிறீர்கள். "பெண்களின் கதைகளைப் பெண்கள்தான் எழுத வேண்டும்" என ஒரு கருத்து எழுத்துலகில் உலவுகிறது. இது குறித்து உங்கள் பார்வை?

அப்படி எந்தக் கட்டுப்பாடும் கிடையாது. பெண்கள் தங்களின் வலியை, உணர்ச்சிகளை எழுதும்போது இன்னும் துல்லியமாக, முழுமையாக எழுதக்கூடும். ஆனால் டால்ஸ்டாய், தஸ்தாயெவ்ஸ்கி, பிளாபெர்ட், துர்கனேவ் துவங்கி கூட்ஸி வரை அழுத்தமான பெண் கதாபாத்திரங்களை எழுதியவர்கள் நிறைய இருக்கிறார்களே. தமிழிலே புதுமைப்பித்தன், குபரா, ஜானகிராமன், ஜி.நாகராஜன், அசோகமித்திரன், கி.ராஜநாராயணன் கதைகளில் பெண்களின் அகம் மிகத் துல்லியமாக விவரிக்கப்பட்டிருக்கிறதே. என் கதைகளில் வரும் பெண்கள் குடும்ப அமைப்பால் ஒடுக்கப்பட்டவர்கள். கடற்கன்னி வேஷமிடும் பெண்ணைப் பற்றிய 'துயில்' நாவலை எடுத்துக்கொள்ளுங்கள். எளிய கிராமத்துப் பெண்ணை ஒருவன் காட்சிப் பொருளாக்கி சம்பாதிக்கிறான். அவள் அந்தக் கடற்கன்னி உடையை அணிந்து கொண்டபிறகு மூத்திரம் பெய்யக்கூட எழுந்து போக முடியாது. அதைப் பற்றி அவனுக்குக் கவலையே கிடையாது. ஷோ முடிந்து இரவில் அவள்தான் சமைக்க வேண்டும். அவளது மகனுக்குத் தன் அம்மா உண்மையில் கடலில் பிடிபட்ட

மீனா அல்லது நிஜமான பெண்ணா என்ற குழப்பம் உருவாகிறது. அவளுக்கே அந்த மயக்கம் உருவாகிறது. அவளது நெருக்கடியான வாழ்க்கைத் துயரைத்தான் துயில் விவரிக்கிறது. 'சௌந்தரவல்லியின் மீசை' கதையில் வரும் மாணவிக்கு லேசாக அரும்பியுள்ள மீசை மயிர்கள் தொந்தரவாக உள்ளன. கேலி செய்யப்படுகிறாள். படிப்பே நின்று போய்விடும் நிலை ஏற்படுகிறது. என் கதையில் வரும் பெண்கள் தாங்களாக மீட்சியைக் கண்டறிகிறார்கள்.

12. குடும்ப அமைப்பு தரும் அழுத்தத்தில் உழலும் பெண் கதாபாத்திரங்களின் மனவலியை நுட்பமாகப் படைத்தவர் நீங்கள். எஸ்ராவின் பெண்கள் பெரும்பாலும் குடும்ப அமைப்பில் சிதைந்தவர்களாகவோ அல்லது தனக்கான வெளியைத் தனக்குள்ளேயே உருவாக்கிக்கொண்டு ரகசியமாக அதனுள் சென்று அவ்வப்போது ஆசுவாசம் அடைபவர்களுமாகவே இருக்கிறார்களே. ஏன்?

அவ்வளவுதான் சாத்தியமாகியிருக்கிறது. புத்தகம் படிக்க மாட்டேன் என்று கணவருக்குச் சத்தியம் செய்து கொடுத்த ஒரு பெண் அவர் இறந்த பிறகும் அதே சத்தியத்தைக் கடைப்பிடிக்கிறார். அப்படி ஒரு பெண்ணை ஒரு முறை நான் சந்தித்தேன். யாராவது படித்துக் காட்டினால் கேட்டுக்கொள்கிறார். எது அவரை இன்றும் படிக்கவிடாமல் தடுத்து வைத்திருக்கிறது. என் பாட்டி எழுபத்தைந்து வயதில் தனி ஆளாகக் காசிக்குப் புறப்பட்டுப் போய்விட்டார். மொழி தெரியாது. கையில் காசு கிடையாது. ஆனால் எப்படியோ காசிக்குப் போய்ப் பத்து நாள் தங்கிச் சாமி கும்பிட்டுத் திரும்பிவிட்டார். ஆனால் அவரால் உள்ளூர் பஜாருக்குத் தனியே போக முடியாது. யாராவது துணைக்கு ஆள் போக வேண்டும். அந்தத் துணிச்சல் ஏன் அன்றாட வாழ்க்கைக்குப் பயன்படவில்லை. அழகாகப் பாடத் தெரிந்த, நடனம் ஆடத்தெரிந்த எத்தனை பேர் திருமணத்திற்குப் பிறகு அந்தக் கலையை அப்படியே கைவிட்டிருக்கிறார்கள். என்றாவது ஆசைக்காக ரகசியமாக ஒரு பாட்டு பாடிக்கொள்வது மட்டும் ஏன் நடக்கிறது. என் கதையில் வரும் பெண்கள் தங்கள் நெருக்கடியில் இருந்து விடுபடத் தாங்களே ஒரு வழியைக் கண்டுபிடித்துக்கொள்கிறார்கள். 'அம்மாவின் கடைசி நீச்சல்' கதையில் வரும் அம்மா, கோபம்

கொண்டால் நீண்ட நேரம் நீந்துகிறார். அவ்வளவுதான் அவரால் முடியும். இன்னொரு கதையில் பீங்கான் குவளையை உடைத்துவிட்டாய் என்று மனைவியைக் கணவர் மிக மோசமாகத் திட்டுகிறார். அவள் வாழ்நாள் முழுவதும் அவரை நிமிர்ந்து பார்ப்பதேயில்லை. இறந்த அவரது உடலைக்கூடக் குனிந்தே பார்க்கிறாள். இதைப் புறக்காரணங்களைக் கொண்டு மட்டும் புரிந்துகொள்ள முடியாது.

13. இலக்கியத்தை சினிமாவாக எடுக்கும்போது அது ஒரு போதும் இலக்கியப் படைப்பை மிஞ்சிவிட முடியாது எனத் தலையை உலுக்கிச் சொல்பவர்கள் ஒருபுறம் என்றால் சத்யஜித் ரேயின் 'சாருலதா' பார்த்ததில்லையா என மேதாவி சிரிப்பு சிரிப்பவர்கள் மறுபுறம் (இரண்டுமே அரூ குழுவில்தான்). உங்கள் கருத்து என்ன?

இலக்கியத்தை சினிமாவாக எடுக்கும்போது மௌனவாசிப்பில் ஒருவர் அடைந்த அனுபவத்தை ஒருபோதும் தர இயலாது. ஆனால் மிகச்சிறந்த இயக்குநர்கள் நாவலில் நாம் பெற்ற அனுபவததிறகு நிகரான அனுபவத்தைத் திரையில் உருவாக்கிக் காட்டியிருக்கிறார்கள். 'பதேர் பாஞ்சாலி' நாவலில் ரயிலை அபு காணும் காட்சி இத்தனை பரவசமானதில்லை. ரேயின் படத்தில்தான் அந்தக் காட்சி பரவசமாகிறது. டேவிட் லீன் இயக்கிய டாக்டர் ஷிவாகோ (Doctor Zhivago) பாருங்கள். நாவலை விடவும் படம் சிறப்பாக உள்ளது. இது போலவேதான் ஹிட்ச்காக் இயக்கிய திரைப்படங்கள். அந்த நாவல்களை வாசித்தால் இத்தனை திகிலும் பரபரப்பும் இருக்காது. அதே நேரம் தாரஸ் புல்பா, இடியட், கரமசோவ் சகோதரர்கள் போன்ற நாவல்கள் திரைப்படமாக வெளியாகி தோல்வியே அடைந்தன.

எந்த இலக்கியப் படைப்பினையும் அப்படியே படமாக்க முடியாது. அதைத் திரைக்கு ஏற்ப மாற்றம் செய்யும்போது இழப்புகளைத் தவிர்க்க முடியாது. அட்டன்பரோவின் காந்தி படத்தில் காந்தியின் இளமைக்காலம் குறித்து ஒரு காட்சிகூடக் கிடையாது. நேரடியாகப் படம் காந்தி சுடப்படுவதில் துவங்கித் தென்னாப்பிரிக்காவில் ரயிலில் பயணம் செய்யும் பிளாஷ்பேக் காட்சியாகித் திரும்பிவிடுகிறது. காந்தியின்

சத்தியசோதனை படித்தால் அதில் இளமைப்பருவம் எவ்வளவு எழுதப்பட்டிருக்கிறது. ஏன் அந்தக் காட்சிகளை அட்டன்பரோ தேவையில்லை என்று நீக்கினார். இந்தியராக இருந்தால் நிச்சயம் அந்தக் காட்சிகளைக் குறைந்த அளவில் வைத்திருப்பார். ஆகவே படத்தின் இயக்குநர் யார் என்பதே அந்த இலக்கியப் படைப்பினை அவர் எப்படி வெளிப்படுத்துவார் என்பதைத் தீர்மானிக்கிறது. தேவதாஸ் நாவலை எடுத்துக்கொள்ளுங்கள். எத்தனை விதமாகப் படமாக்கப்பட்டிருக்கிறது. நாவலைப் படித்தால் படம் எவ்வளவோ சிறப்பாக உள்ளதை உணர முடியும். ஷேக்ஸ்பியரின் நாடகங்கள் தரும் அனுபவம் ஒருவிதம் என்றால் அந்த நாடகங்களை எவ்வளவு சிறப்பாகப் படமாக்கியிருக்கிறார்கள். Kenneth Branagh - Hamlet, Grigori Kozintsev - King Lear, Akira kurosawa - Ran, Baz Luhrmann - Romeo and Juliet பாருங்கள். எவ்வளவு சிறப்பாக உருவாக்கப்பட்டிருக்கின்றன என்பதை நீங்களே அறிவீர்கள்.

14. உங்கள் சிறுகதைகளில் ஆரம்பக் காலம் தொட்டு இன்றுவரை வடிவம் சார்ந்த பல நுட்பமான உத்திகள் இயல்பாகவே சாத்தியப்பட்டுள்ளன. ஆனால் உள்ளடக்கம் சார்ந்து பார்த்தோமென்றால் மனித மன ஏக்கங்கள், புறச்சூழல் அழுத்தங்கள், அதன் காரணமான அகவுணர்வு மாற்றங்கள் ஆகியவையே அடிநாதமாகின்றன. ஏன்?

இவைதான் என்னை உருவாக்கிய விஷயங்கள். என் ஆளுமைதானே என் எழுத்திலும் வெளிப்படும். இது என் ஒருவன் சம்பந்தப்பட்ட விஷயமில்லை. எழுத்தாளர்களின் பால்யகாலமும் அவர்கள் உருவான விதமும் அவர்கள் எழுத்தைப் பாதிக்கக் கூடியது. ஆனால் என் சுயவாழ்க்கையின் பாதிப்புகளை மட்டும் நான் எழுதவில்லையே. 'நூறு கழிப்பறைகள்' சிறுகதை நான் எழுதியதுதானே. அது சித்தரிக்கும் உலகம் நீங்கள் சொல்வதோடு பொருந்தவில்லையே. தாவரங்களின் உரையாடலில் உள்ள விசித்திர அனுபவம் என் சொந்த வாழ்க்கையில்லையே. 'தனிமையின் வீட்டிற்கு நூறு ஜன்னல்கள்' துவங்கி 'சிவப்பு மச்சம்' வரை வெளியான கதைகளில் எதுவும் என் வாழ்க்கையை விவரிக்கவில்லையே. பொதுமைப்படுத்தி ஒன்றை மதிப்பீடு செய்வது தவறானது. 'இடக்கை' நாவலை

வாசித்துப் பாருங்கள். அது அதிகாரத்திற்கு எதிரான குரலை ஒலிக்கிறது. நெடுங்குருதியும் அதிகாரத்திற்கு எதிரானதுதான். ஆனால் இரண்டு நாவல்களுக்குள் எவ்வளவு வேறுபாடு இருக்கிறது என்பதை வாசகரால் உணர முடியும். 'யாமம்' காட்டும் சென்னை இருநூறு வருஷங்களுக்கு முந்தைய உலகமில்லையா? அதை எப்படிச் சொந்த அனுபவத்தில் எழுத முடியும். நான் கற்பனையும் நிஜமான அனுபவங்களையும் ஒன்று சேர்த்து எழுதுகிறவன். அதில் எது கற்பனை எது நிஜம் எனப் பிரிக்க முடியாது. வாசனையும் மலரையும் தனித்துப் பிரிக்க முடியுமா என்ன? ஜப்பானிய ஆவணப்படம் ஒன்றில் சாமுராய் வாள் தயாரிப்பது பற்றிப் பார்த்தேன். தண்ணீரும் நெருப்பும்தான் வாள் தயாரிப்பதில் முக்கியமான பங்கு வகிக்கிறது. குளிர்ந்த தண்ணீர்தான் வாளின் கடினத்தை உருவாக்குகிறது என்றார் வாள் தயாரிப்பவர். வியப்பாக இருந்தது. எழுத்தின் நுட்பங்களும் இது போன்றதே.

15. நீங்கள் அறிந்த அளவில் மிகுபுனைவு இலக்கிய வடிவத்தின் தன்மைகளாக எதனைச் சொல்வீர்கள்? மிகை கற்பனைகளை வரையறுக்க இயலாது எனினும் ஒன்றை மிகுபுனைவு அல்ல என்று எவ்வித எல்லைகளை அல்லது அளவுகோல்களைக் கொண்டு நிராகரிக்க முடியும்?

புனைவில் எது அளவு, எது மிக அதிகம் என்று யார் வரையறுக்க முடியும்? புனைவே மாயமானதுதானே. கருப்பசாமி என்று கதாபாத்திரத்திற்குப் பெயர் வைப்பதற்குப் பதிலாகக் கே என்று வைத்துவிட்டால் கதாபாத்திரம் மாறிவிடுகிறது. காபி குடித்து முடித்துக் கோப்பையைக் கீழே வைத்தவுடன் அதே அளவு காபி கோப்பையில் இருந்தது என்று எழுதினால் அது மிகை என்கிறோம். ஆலீஸின் அற்புத உலகில் ஆலீஸ் சொல்கிறாள், காலியான கோப்பையில் இருந்து வெறுமையைக் குடிப்பதாக, வெறுமையில் மேலும் வெறுமையை எப்படி ஊற்றி நிரப்புவது என்று கேட்கிறாள். ஒரு கவிதையில் பாதி நிசப்தம் என்ற சொல்லைப் படித்தேன். பாதி நிசப்தம் என்பதை எப்படி வரையறை செய்வீர்கள். இது போலவே தேவதச்சன் தன் கவிதை ஒன்றில் கண்ணீர்த் துளியில் குடிக்கும் ராட்சசன் என்று ஒருவரைப் பற்றி எழுதுகிறார். அது

நிஜமா, மிகை புனைவா. அவரது கவிதையிலே மத்தியானம் என மத்தியானத்தை இரண்டாக உடைத்துப் பயன்படுத்துகிறார். இந்த உடைவின் வழியே ஒரு தியானநிலை போல மதியம் உருமாறிவிடுகிறதே. யதார்த்தத்தை எப்படி இன்னதுதான் என்று வரையறை செய்ய முடியாதோ அப்படித்தான் மிகையினையும் வரையறை செய்யமுடியாது.

16. அறிவியல் புனைவு வாசிப்பதில் ஆர்வமில்லை என்று சொன்னீர்கள்... காரணம்?

ரே பிராட்பரி, ஆர்தர் கிளார்க், ஐசக் ஐசிமோவ் போன்றவர்களின் அறிவியல் புனைகதைகளை வாசித்திருக்கிறேன். கடந்தகாலம்தான் எனக்கு விருப்பமான உலகம். வரலாற்றைத்தான் விரும்பிப் படிக்கிறேன். பெரும்பான்மை அறிவியல் கதைகள் எதிர்காலத்தைப் பற்றியது. வேறு கிரகங்கள், விண்வெளியில் உருவாகும் மாற்றங்கள், அதிநவீன தொழில்நுட்பச் சாத்தியங்களை விவரிக்கிறது. என் பிரச்சனையே பக்கத்து வீட்டு மனிதன் தனிக் கிரகம் போல வசிக்கிறான் என்பதுதான். குட்டி இளவரசனை எப்படி வகைப்படுத்துவீர்கள்? அது அறிவியல் புனைகதையா? குட்டி இளவரசன் ஒரு கிரகத்தில் தெருவிளக்கு ஏற்றுகிறவனைப் பற்றிச் சொல்கிறான். மறக்கமுடியாத காட்சியது. அதுதான் நான் விரும்பும் எழுத்து.

சொந்த வாழ்க்கையிலே எதிர்காலம் பற்றி எனக்குப் பெரிய கனவுகள் கிடையாது. ஆகவே அறிவியல் புனைகதைகளை அவ்வளவு விரும்பி வாசிப்பதில்லை. ஆனால் ரே பிராட்ரியின் ஃபாரன்ஹீட் 451, குட்டி இளவரசன் போன்றவை எனக்கு விருப்பமான நாவல்கள். அது போன்ற நாவலை வாசிக்க நிச்சயம் விரும்புவேன்.

17. 'இந்த ஒரு விஷயத்தில் கோணங்கி போல நம்மால் இருக்க இயலவில்லையே!' என எஸ்.ரா ஆதங்கப்பட்ட ஒரு விஷயத்தைச் சொல்லுங்களேன்?.

கோணங்கி எவரையும் சந்தித்த மறுநிமிஷம் தம்பி, மாமா, மாப்ளே என்று உறவு சொல்லி அழைத்து நெருக்கமாகிவிடுவார். எவர் வீட்டுச் சமையல் அறைக்குள்ளும் எளிதாகச் சென்று வரக்கூடியவர்.

என்னால் அப்படி ஒருவரோடு பழக முடியாது. உரிமை எடுத்துக்கொள்ள முடியாது. பாதிப் பயணத்தில் எவரையும் கழட்டிவிட்டுத் தன் போக்கில் கோணங்கி போய்விடுவார். அப்படி நடந்து கொள்ளக்கூடாது என்பதை கோணங்கியிடம் கற்றிருக்கிறேன். கோணங்கி போல ஏன் நான் நடந்துகொள்ள வேண்டும் என்றுதான் எப்போதும் நினைப்பேன். பயணத்திலும் என் பாதைகள் வேறு. படிப்பதிலும் எனக்கு விருப்பமான எழுத்தாளர் வேறு. நாங்கள் இணைந்து பதினைந்து ஆண்டுகள் சுற்றியிருக்கிறோம். நிறைய எழுத்தாளர்களைச் சந்தித்திருக்கிறோம். அந்த நினைவுகள் மறக்கமுடியாதவை.

18. 'நெடுங்குருதி' உங்கள் மண்ணின் கதை. வேம்பலை கிராமத்தின் யதார்த்த வாழ்வின் நுண்சித்திரங்களும் மாய யதார்த்தக் கூறுகளும் முயங்கிய மாறுபட்ட தரிசனத்தை அளிக்கும் இந்த நாவல் மறக்க முடியாதது. குறிப்பாக, ஆவியுடன் ஆடுபுலியாட்டம் ஆடும் சிங்கி, திகம்பரத் துறவிகளின் வருகை போன்றவற்றைச் சொல்லலாம். சமணத் துறவிகளின் வருகை இன்றுள்ள கிராமங்களிலெல்லாம் காணக்கிடைக்காத காட்சி. 'நெடுங்குருதி' நாவலின் மூலமாக, யதார்த்தத்தில் தொலைந்து போன இத்தகைய கிராமத்தை நினைவிலிருந்து மீண்டும் புதுப்பித்துப் புத்துயிர் அளித்திருக்கிறீர்கள் என்று சொல்லலாமா? முற்றிலுமாகச் சுபாவம் திரிந்துபோன இன்றைய கிராமங்கள் தங்களுக்கு நம்பிக்கை அளிக்கிறதா?

இன்றைய கிராமமும் என் பால்யத்தில் கண்ட கிராமமும் முற்றிலும் வேறுவிதமானது. தெருவிளக்குகள்கூட அதிகம் இல்லாத காலமது. இருட்டு என்றால் அவ்வளவு இருட்டு. அந்த இருட்டிற்கு ஒரு வாசனையிருந்தது. வீதியிலே படுத்து உறங்கியிருக்கிறேன். அந்த வயதின் பகலும் இரவும் நீண்டது. இன்று என் சொந்தக் கிராமத்திற்குப் போகையில் தெரிந்த முகங்கள் மிகக் குறைவாக இருக்கிறார்கள். இரவு பதினொரு மணி வரை கிரிக்கெட் மேட்ச் பார்த்துக் கொண்டிருக்கிறார்கள். செல்போன் இல்லாத ஆளேயில்லை. ஆடுமேய்க்கிறவன் செல்போனில் வீடியோ கேம் ஆடியபடியே ஆடுகளை மேய்க்கிறான். விவசாய வேலைகள் பெருமளவு கைவிடப்பட்டுவிட்டன. மாடுகளைக் காணமுடியவில்லை. கலப்பைகள் கண்ணை விட்டு

மறைந்துவிட்டன. இந்த மாற்றங்களைப் புரிந்துகொள்ள முடிகிறது. ஆனால் ஏற்றுக் கொள்ளமுடியவில்லை. ஏன் கிராமங்கள் இத்தனை அவசரமாகத் தன் தனித்துவத்தை இழந்துவிட்டன. கிராமத்தின் அன்றைய முக்கியப் பிரச்சனை சாதி. அது ஒரு காலத்தில் அடங்கியிருந்தது. இன்று மீண்டும் தலைதூக்கிவிட்டது.

எங்கள் ஊர் முழுவதும் வேப்பமரங்கள் இருந்தன. ஆனால் அதில் ஒரு மரம் பூக்காது, காய்க்காது. காரணம், அதற்கு ஒரு கதையிருந்தது. அது மாயமான கதை. அந்த மரத்தை நட்டுவைத்த பெண் தற்கொலை செய்து கொண்டுவிட்டாள். அதனால் மரம் காய்ப்பதில்லை என்றார்கள். இந்த மாயமும் நிஜமும்தான் நெடுங்குருதியில் வெளிப்படுகிறது.

19. உங்கள் படைப்புகளின் உள்ளடக்கம் தாண்டி வாசகர்களைப் பெருமளவு ஈர்ப்பது உங்கள் படைப்புகளுக்கு நீங்கள் இடும் தலைப்புகள். கட்டுரை, கதை, நாவல் எதுவாக இருந்தாலும் அவற்றின் கவித்துவமான தலைப்புகள் ஈர்க்கின்றன. துணையெழுத்து, நெடுங்குருதி, உறுபசி, யாமம் போன்ற தலைப்புகள் உடனடியாக நினைவில் எழுகின்றன. வசீகரமான தலைப்புகளைப் பிரக்ஞைபூர்வமாகத் தேடிச் சூட்டுகிறீர்களா அல்லது இயல்பாகவே அவை அமைந்துவிடுகின்றனவா?

ஒரு சிறுகதைக்குத் தலைப்பு வைப்பதற்காக மாதக்கணக்கில் காத்துக் கிடந்திருக்கிறேன். நாவலோ, கதையோ கட்டுரையோ எதுவாக இருந்தாலும் தலைப்பு மிக முக்கியமானது. கவித்துவமாக இருக்க வேண்டும் என்று நினைப்பேன். அபூர்வமாகச் சில தலைப்புகள் உடனே தோன்றியிருக்கின்றன. நாவல்களைப் பொறுத்தவரை எழுதி முடிக்கும்வரை அதற்குத் தலைப்பு வைக்கமாட்டேன். அச்சிற்குப் போகும் முன்புதான் அதற்குத் தலைப்பு வைப்பேன்.

20. உங்கள் நாவல்களில் வரலாறு பிரதானமான இடத்தைப் பெற்றிருக்கிறது. கதாபாத்திரங்கள் யாவும் அவ்வரலாற்றின் முன் சிறிய மனிதர்களாக மாறிவிடுகிறார்கள். 'உபபாண்டவம்', 'நெடுங்குருதி', 'யாமம்', 'இடக்கை' என விரியும் உங்கள் நாவல்களில் வரலாறும் கண்ணுக்குத் தெரியாத ஒரு முக்கியக் கதாபாத்திரமாக அல்லது வலிமையான படிமமாகத் தன்னை உருமாற்றிக்கொள்கிறது. குறிப்பாக, 'யாமம்' நாவலில் இக்கூறுகளை அதிகம் காண முடிகிறது. கிழக்கிந்தியக் கம்பெனி உருவாகும் வரலாறு,

லாம்டனின் நில அளவைச் சித்திரம், ப்ளாக் சென்னை, ஒயிட் சென்னை என்ற அக்காலத்தைய சென்னையின் சித்திரம், ஏழு கிணறு சம்பவம், கணித மேதை ராமானுஜத்தின் வாழ்க்கைச் சம்பவங்கள் என வரலாறும் மனிதர்களும் மோதி முயங்கும் சித்திரங்கள் வந்தபடியே இருக்கின்றன. வரலாற்றுப் பிரவாகத்தின் பெருங்சுழிப்பில் மனிதர்கள் தாக்குப் பிடிக்க முடியாமல் புள்ளியாய் மறைந்துவிடுகிறார்கள். ஒருவகையில் புனைவில் ஒரு நிகர் வரலாற்றை உண்டாக்குபவராக உங்களைச் சொல்லலாமா?

உண்மை. பாடப்புத்தகங்களில் நாம் கற்ற வரலாறு வேறுவிதமானது. நான் பண்பாட்டு வரலாற்றில் அதிகக் கவனம் செலுத்துகிறவன். அங்கே வரலாறு பண்பாட்டு நினைவுகளாக உருமாறியிருக்கிறது. வரலாற்று நிகழ்வுகள் இன்றும் வேறுவடிவில் நடைபெறுகின்றன. நான் வரலாற்றை ஒரு நீரூற்று போல உணருகிறேன். தனக்குள்ளே பொங்கி வழிவதும் உயர்ந்து எழுவதாக இருக்கிறது.

21. 'சென்னையும் நானும்' காணொளித் தொடர் சிறப்பாக அமைந்திருக்கிறது. உங்கள் துணையெழுத்துக் கட்டுரையில் சென்னையைப் பற்றி எழுதும்போது, "ஒரு கல்வெட்டைப் போன்றது ரயில் நிலையப் படிக்கட்டுகள். அதில் பதிந்துள்ள பாத வரிகளைப் படிப்பதற்கு இன்றும் வழியில்லை நகரம் ஒரு சூதாட்டப் பலகையைப் போல சுற்றிக்கொண்டிருக்கிறது. ஒவ்வொருவரும் எதையோ இதன் முன் பணயமாக வைத்து ஆடத் துவங்குகிறார்கள். சுழலும் வேகத்தில் கைப்பொருட்கள் யாவும் காணாமல் போய்விடுகின்றன" என்ற வரிகள் இடம்பெறுகின்றன. இன்றைய சென்னை எப்படியிருக்கிறது? இத்தனை வருட சென்னை வாழ்வில் மேலே இடம்பெற்ற துணையெழுத்து கட்டுரை வரிகள் அப்படியேதான் உள்ளனவா?

சென்னை எனக்குப் பிடித்தமான நகரம். இந்த நகரம்தான் என்னை எழுத்தாளனாக்கியது. என் அடையாளத்தை உருவாக்கியது. சென்னையில் அறையில்லாமல் பத்து ஆண்டுகளைக் கடத்தியிருக்கிறேன். மிகவும் கஷ்டமான நிலையில் வாழ்ந்திருக்கிறேன். சென்னையின் குறுக்கும் நெடுக்குமாகச் சுற்றி அலைந்திருக்கிறேன். இந்த நகரை நான் மிகவும் நேசிக்கிறேன். நான் சென்னைவாசி என்று பெருமையாகச் சொல்வேன். அந்த நேசத்தின் அடையாளம்தான் 'சென்னையும் நானும்' காணொளித் தொடர். சென்னை நகரில் கனவுகளுடன் வசிப்பவர்கள் அதிகம். அந்தக் கனவுகளை நிறைவேற்றும் நாளுக்காகக்

காத்திருக்கிறார்கள். தோற்றுப்போனாலும் இந்த நகரை நீங்கிப் போக மாட்டார்கள். புதிதாக யார் சென்னைக்கு வந்தாலும் நகரம் அவர்களைத் துரத்தவே செய்யும். ஆனால் விடாப்பிடியாக, உறுதியாக இந்த நகரின்மீது நம்பிக்கை கொண்டு இருந்துவிட்டால் அவருக்கான இடத்தை நகரம் உருவாக்கித் தரவே செய்யும். எத்தனையோ நல்ல நண்பர்களை இந்த நகரம் தந்திருக்கிறது. ஒரு தோழனைப் போலவே சென்னையைக் கருதுகிறேன்.

22. முக்கியமான உலக இலக்கியப் படைப்புகள் பெருமளவு தமிழில் வெளிவந்துகொண்டிருக்கும் சூழலில், இன்றைய மொழிபெயர்ப்பு முயற்சிகள் தங்களுக்கு நிறைவளிக்கின்றனவா? இன்னும் தமிழில் மொழிபெயர்ப்பு தேவைப்படும் உலக இலக்கியப் படைப்புகள் ஏதேனும் இருக்கிறதா?

மொழிபெயர்ப்புகள் நிறைய வெளியாவது ஆரோக்கியமானதே. ஆனால் வெறும் வணிகக் காரணங்களுக்காக மொழிபெயர்ப்புகள் இயந்திர ரீதியில் வெளியாவதை ஏற்றுக்கொள்ள முடியவில்லை. சில ஆண்டுகளுக்கு முன்பு ஒரு மொழிபெயர்ப்பு நாவலைப் புத்தகக் கண்காட்சியில் வாங்கினேன். அதன் தலைப்பை வைத்து எந்த நாவலை மொழிபெயர்ப்பு செய்திருக்கிறார்கள் என்று கண்டுபிடிக்க முடியவில்லை. ஆங்கிலத்தில் எழுத்தாளரின் பெயர் இல்லை. போராடிக் கண்டுபிடித்து ஆங்கில மூலத்தை வாசித்தேன். அதிர்ச்சியாக இருந்தது. நாவலின் கடைசிப் பத்துப் பக்கங்கள் மொழிபெயர்க்கப்படவேயில்லை. அந்த மொழிபெயர்ப்பாளரைத் தொடர்புகொண்டு கேட்டபோது அவர் தனக்குக் கிடைத்த ஜெராக்ஸ் பிரதியில் அவ்வளவுதான் இருந்தது என்கிறார். ஒருவரும் அந்தத் தவறைக் கண்டுகொள்ளவில்லை. இது ஒரு சிறிய உதாரணம். இதற்கு மாறாக ஆண்டுக்கணக்கில் செலவிட்டு மொழிபெயர்ப்பு செய்து மூலத்தோடு ஒப்பிட்டுத் திருத்தி வெளியிடுவதும் நடக்கவே செய்கிறது. மொழிபெயர்ப்பாளர்களுக்கு உரிய ஊதியம் தரப்படுவதில்லை. அங்கீகாரம் கிடையாது. ஆகவே பலரும் அதைச் சேவை என்றே செய்கிறார்கள். இன்னொரு பக்கம் மொழிபெயர்ப்பாளர்கள் மூலத்திற்கு நெருக்கமாக இருக்கிறோம் என்று படிக்கவே

முடியாதபடி கொடூரமாக மொழியாக்கம் செய்தும் வெளியிடுகிறார்கள். க.நா.சு.வின் மொழியாக்கங்கள் வரிக்கு வரி துல்லியமானதில்லை. ஆனால் கதையின் ஆன்மாவை மிக அழகாகக் கொண்டு வந்துவிடுகிறார். ரஷ்யாவிலிருந்து மொழியாக்கம் செய்த பூ.சோமசுந்தரம், கிருஷ்ணையா, தர்மராஜன் போன்றவர்களை மிகவும் பாராட்டுவேன். இது போலவே வெ.ஸ்ரீராம், எத்திராஜ் அகிலன், சா.தேவதாஸ், ஜி.குப்புசாமி, யுவன் சந்திரசேகர், கணேஷ்ராம், செங்கதிர், சி.மோகன், ராஜகோபால் போன்றவர்களின் மொழிபெயர்ப்புகளை விரும்பிப் படிக்கிறேன். இவர்கள் பணி மிகவும் பாராட்டுக்குரியது.

23. சமகால இலக்கிய உலகில் அதிகம் சர்ச்சைகளுக்கு உள்ளாகாத எழுத்தாளர் என உங்களை அழைக்கலாமா?

பெரும்பாலும் மருத்துவர்கள் சிறிய உலகில் வாழுகிறவர்கள். அவர்களுக்கு நோயிலிருந்து ஒருவரைக் குணப்படுத்தி நலமடையச் செய்வதுதான் முக்கியமானது. எழுத்தாளர்களில் நான் அந்த வகையைச் சேர்ந்தவன். எழுத்து மட்டுமே எனது வேலை. அதை மருத்துவம் போலவே நினைக்கிறேன். எழுத்து தாண்டிய சர்ச்சைகள், சண்டைகளில் எனக்கு ஒருபோதும் ஈடுபாடு கிடையாது. எழுத்தாளனாக நான் உருவாகக் காரணமாக இருந்தவர்கள் பொறுப்புணர்வைக் கற்பித்திருக்கிறார்கள். எழுத்தாளனாக என் செயல்பாடுகள் எப்படி இருக்க வேண்டுமென இன்றும் வழிகாட்டிக் கொண்டேயிருக்கிறார்கள். ஒரு நாள் என்பது கிடைத்தற்கரிய பரிசு. அதை ஒருபோதும் வீணடிக்ககூடாது என்ற எண்ணம் கொண்டவன். அதை ஏன் சர்ச்சைகள், வீண்விவாதங்களில் வீணடிக்க வேண்டும் என்று நினைப்பேன்.

24. 'பயணம்தான் என்னை எழுத வைத்தது' என்று சொல்பவர் நீங்கள். இந்தக் கொரோனா ஊரடங்கு காலத்தில் உங்கள் பயணத் திட்டங்கள் பெரும் பாதிப்புக்கு உள்ளாகியிருக்கும் என நினைக்கிறோம். ஊரடங்கு காலத்திற்குப் பின் உங்கள் பயண எல்லைகள் சுருங்கிவிடுமா?

சென்ற ஆண்டு ஆஸ்திரேலியாவிற்கு ஒரு பயணம், லண்டனுக்கு ஒரு பயணம் என்று திட்டமிட்டிருந்தேன். 2019லேயே இதற்கான பணிகள் நடைபெறத் துவங்கியிருந்தன. ஏப்ரல் மற்றும் ஆகஸ்டில் செல்வதாக

இருந்தேன். ஆனால் கொரோனா காரணமாக யாவும் தடைபட்டுவிட்டது. இனி ஓராண்டிற்கு வெளிநாட்டுப் பயணங்கள் சாத்தியப்படாது. வட மாநிலங்களில் இன்னும் தொற்று அதிகமிருப்பதால் அங்கேயும் செல்ல இயலாது. சூழ்நிலை சரியானதும் மீண்டும் பயணிப்பேன்.

25. புதிய எழுத்தாளர்களின் சவால்கள் ஒவ்வொரு கதைக்கும் ஒவ்வொரு விதமாக இருக்கிறது. சில கதைகள் திட்டமிடாமலே எழுதுபவனின் கைகளைப் பிடித்து முடிவை நோக்கி அழைத்துச் செல்கின்றன, சில கதைகள் எப்படி முட்டிப் பார்த்தாலும் நகர மறுக்கின்றன. பாதி எழுதிக் கிடப்பில் போடும் கதைகளும் நிறைய இருக்கின்றன. இவை யாவும் எழுத்துச் செயல்பாட்டில் இருக்கும் சவால்கள் என்றால், சில சமயம் எழுதுவதே சவாலாக இருக்கிறது. சோர்வு, பதட்டம், எழுதத்தான் வேண்டுமா என்ற எண்ணம், writer's block போன்றவற்றையெல்லாம் எதிர்கொள்ள உதவும் வகையில் இளம் எழுத்தாளர்களுக்கு உங்கள் எழுத்தனுபவத்திலிருந்து சில குறிப்புகள் அளிக்க இயலுமா?

நான் எழுத ஆரம்பித்த காலத்தில் ஒரு சிறுகதை பத்திரிகையில் வெளியாகக் குறைந்தபட்சம் ஆறுமாதம் அல்லது ஒரு வருஷம் காத்திருக்க வேண்டும். கதை வெளியானபோதும் ஓர் எதிர்வினையும் இருக்காது. படித்தேன் என்றுகூட எவரும் சொல்லமாட்டார்கள். மூத்த எழுத்தாளர்களிடம் இருந்து பாராட்டு கிடைப்பது எளிதானதில்லை. காத்திருப்புதான் எழுத்தாளனின் முன்னுள்ள பெரிய சவால். அதை எதிர்கொண்டுதான் இன்று எனக்கான அடையாளத்தைப் பெற்றிருக்கிறேன்.

ஆனால் இன்று ஓர் இளம் எழுத்தாளன் தன் முதற்கதையை எழுதியவுடன் எனக்கு மின்னஞ்சலில் அனுப்பிவிடுகிறான். அடுத்த நாளே படித்துவிட்டீர்களா என பாராட்டினை எதிர்பார்க்கிறான். கதை உடனே ஏதாவது ஓர் இதழில், இணையத்தில் வெளியாகிவிடுகிறது. அடுத்த நாள் எனக்கு ஏன் விருது தர மறுக்கிறார்கள். என் படைப்புகள் குறித்து எதுவும் பேசுவதில்லையே என்று ஆதங்கப்படுகிறான். சண்டை போடுகிறான்.

பேஸ்புக்கில் லைக் வாங்குவது போல எளிமையான விஷயமாக இலக்கியத்தை நினைக்கிறார்கள். அது உண்மையில்லை. ஒரு கதை எழுதிய உடனே என் வாசகர்கள் என்று ஒருவன் பேச ஆரம்பித்துவிடும் துணிச்சல் மோசமானது.

மிகச்சிறந்த கதைகளை, கவிதைகளை எழுதிவிட்டு அங்கீகாரம் இல்லாமல் எத்தனையோ நல்ல படைப்பாளிகள் மௌனமாக இருக்கிறார்கள். ஆனால் இணையத்தின் வருகை எழுத்தாளர் என்ற சொல்லின் மரியாதையை மிகவும் மலினமாக்கிவிட்டது.

26. நிறைய புதியவர்கள் எழுத வருவது வரவேற்க வேண்டியதுதான். ஆனால் தான் எழுதியது மட்டுமே சிறப்பானது, தன் முன்னோடிகள் ஒன்றுமில்லை என்று அதிகாரமாக நடந்துகொள்கிறவரை என்ன செய்வது?

சென்ற ஆண்டு யாவரும் பதிப்பகம் பத்து இளம்படைப்பாளிகளின் புத்தகத்தை வெளியிட்டது. பத்துப் பேரையும் படித்து அவர்களைப் பற்றி விரிவாக உரை நிகழ்த்தினேன். அதில் ஒருவரைக்கூட எனக்கு முன்பரிச்சயம் கிடையாது. ஆனால் அவர்கள் படைப்பின் வழியேதான் அறிந்துகொண்டேன். இப்படி நான் எழுத வந்த காலத்தில் நடக்கவில்லை. என் சிறுகதை ஒன்றுக்கு சுந்தர ராமசாமி வாசகர் கடிதம் ஒன்றை சுபமங்களாவிற்கு அனுப்பி வைத்தார். அந்த நாளில் அது பெரிய அங்கீகாரம். இன்று அப்படியில்லை. நல்ல எழுத்து தேடிப் படித்து அங்கீகரிக்கப்படுகிறது. தமிழில் இன்று விருது பெறாத எழுத்தாளரைக் காண்பதுதான் அபூர்வம். அவ்வளவு விருதுகள், பரிசுகள் வழங்கப்படுகின்றன.

இளம் எழுத்தாளர்கள் தங்கள் முன்னோடிகளைப் படிக்க வேண்டும். ஓவியம், இசை, நுண்கலைகள் எனப் பரந்த ஆர்வத்தை உருவாக்கிக்கொள்ள வேண்டும். எழுத்தைத் தீவிரமாக எடிட் செய்து மேம்படுத்த வேண்டும். கதையில் வரும் தகவல்களைத் துல்லியமாகச் சரிபார்த்துக்கொள்ள வேண்டும். இசைக் கலைஞர்கள் எவ்வளவு புகழ்பெற்றிருந்தாலும் தினமும் சாதகம் செய்வது வழக்கம். அது எழுத்தாளர்களுக்கும் தேவையானதுதான்.

அடுத்தவரின் பாராட்டிற்காக ஒரு போதும் எழுதாதீர்கள். அது போலவே எழுத ஆரம்பித்தவர்கள் எதற்காக எழுதுகிறேன், எதை எழுத விரும்புகிறேன் என்பதைத் தானே தேடிக் கண்டறிய வேண்டும். விரும்புவதை எல்லாம் எழுத்தில் கொண்டுவருவது எளிதில்லை.

தற்கொலை, வேசைகள், குற்றம் இந்த மூன்றைப் பற்றியே இளம் எழுத்தாளன் கதை எழுத ஆசைப்படுகிறான். இந்த மூன்றையும் எழுதுவது எளிதானதில்லை. ஆனால் இதன் கவர்ச்சி அவனை எழுதத் தூண்டுகிறது என்கிறார் ஆன்டன் செகாவ். இதைச் சொல்லி நூறு வருஷங்களுக்கும் மேலாகிவிட்டது. ஆனால் இந்த ஆர்வம் மாறிவிடவில்லை.

இன்றைக்கும் நான் புதிய கதை எழுதும் முன்பு கவிஞர் தேவதச்சனிடம் அது குறித்துப் பேசுகிறேன். அவர் எனது கதைகள், கட்டுரைகளை வாசித்துத் தீவிர எதிர்வினை செய்து வருகிறார். இப்படியான ஆசான் உங்களுக்குத் தேவை. மாஸ்டர் இல்லாமல் நீங்கள் உருவாக முடியாது. யார் உங்கள் ஆசான் என்பது உங்களின் தேர்வு. நேரடியாக இப்படி உங்களுக்கு வழிகாட்டும் எழுத்தாளரைப் போல, உங்களுக்குப் பிடித்தமான எழுத்தாளரையும் உங்கள் வழிகாட்டியாகக் கொள்ளுங்கள். நான் ரஷ்ய எழுத்தாளர்களை அப்படி என் ஆசிரியர்களாக நினைக்கிறேன்.

ஒவ்வோர் ஆட்டத்திலும் டெண்டுல்கர் சதம் அடித்துவிடுவதில்லையே. சில ஆட்டங்களில் அவரும் முதல்பந்தில் அவுட்டாகியிருக்கிறார். அப்படித்தான் எழுத்தும். உங்களிடம் சிறந்த ஒன்றை எதிர்பார்ப்பது வாசகர்களின் விருப்பம். எல்லா நேரமும் அதை உங்களால் நிறைவேற்ற முடியாது என்பதே நிஜம். உங்கள் தோல்வியை ஏற்றுக்கொள்ளுங்கள். புதிய விஷயங்களை முயற்சி செய்யுங்கள்.

வாசகர்கள் புத்திசாலிகள். நிறைய விஷயங்களை நுட்பமாக அறிந்தவர்கள். அவர்கள் உங்களை எளிதாக அங்கீகரித்துவிட மாட்டார்கள். ஆனால் உங்களை அங்கீகரித்துவிட்டால் எளிதாக மறக்கமாட்டார்கள்.

எழுதும்போது பாதியில் நின்றுவிடுவதும், எழுத்தை எப்படிக் கொண்டு செல்வது என்பதும் தீராத பிரச்சனைகள். இதற்குக் குறுக்குவழிகள் எதுவும் கிடையாது. வாசிப்புதான் இதற்கான வழிகாட்டி. சிறந்த கதைகளை, கவிதைகளை வாசித்துக் கொண்டேயிருந்தால் புதிய உத்வேகம் கிடைத்துவிடும்.

சில வருடங்களுக்கு முன் ஒரு நேர்காணலில் இந்த உலகத்தின் மீதுள்ள புகார்கள் வடிந்துவிட்டன, விரைவில் இல்லாமலே போய்விடக்கூடும் என்று சொன்னீர்கள். தற்போதைய நிலவரம் என்ன? இந்த மாற்றம்தான் முதிர்ச்சி அல்லது கனிவு என்று சொல்லப்படுகிறதா?

உலகின்மீதான புகார்கள் இருந்தபடியேதானிருக்கும். ஆனால் அதற்காகக் கோபம்கொண்டு மனதை வருத்திக் கொண்டிருக்க வேண்டாம் என்பதைத்தான் அப்படிக் குறிப்பிட்டேன். வயது நிறைய விஷயங்களைக் கற்றுத்தருகிறது. நிதானமாகச் செயல்படச் செய்கிறது. வாழ்க்கையைப் புரிந்துகொள்ள உதவி செய்கிறது. முழுநேர எழுத்தாளனாக வாழ்வதற்காக நான் பட்ட கஷ்டங்கள், அவமானங்கள் மிக அதிகம். அதைப் பற்றிப் பேசியும் புகார் சொல்லியும் என்ன ஆகப்போகிறது. இது என் ஒருவனின் பிரச்சனையில்லை. நம் பண்பாடு கலையை, எழுத்தை நம்பி மட்டும் ஒருவன் வாழ முடியாது என்ற நிலையில்தானே வைத்திருக்கிறது. ஒரு திரைப்படத்திற்கு ஐநூறு ரூபாய் செலவு செய்யும் ஒருவன் புத்தகம் 'பி.டி.எஃப்பாக' இலவசமாகக் கிடைக்குமா என மின்னஞ்சலில் கேட்கிறான். திருட்டுத்தனமாகக் கள்ளப்பிரதிகளை உருவாக்கிப் பகிர்ந்து தருகிறான். எழுத்தாளர்கள் தொடர்ந்து ஏமாற்றப்படுகிறார்கள். ஒரு கதைக்கு ஐநூறு ரூபாய் கிடைத்தாலே பெரிய விஷயம். அதுவும் கதை வெளியாகி ஆறுமாதம் கழித்துக் கிடைக்கும், பலநேரம் அதையும் தரமாட்டார்கள். பின்பு எப்படி முழுநேர எழுத்தாளராக வாழ்வது?

நாள்பட நாள்பட மரம் உறுதியாகிக்கொண்டே வரும். எழுத்தாளனும் அப்படித்தான்.

27. ஒருமுறை உங்களிடம் ஆட்டோகிராஃப் வாங்கியபோது புத்தகத்தின் முதல் பக்கத்தில் இந்த வாசகத்தை எழுதினீர்கள், "நமது கனவுகள் இந்த உலகை விடவும் பிரம்மாண்டமானவை, அதை நம்புவதும் நடைமுறைப்படுத்துவதும்தான் நமது வேலை." மிகுந்த உத்வேகத்தை அளித்த வரிகள். உங்களது கனவுகளை நீங்கள் நிறைவேற்றிவிட்டீர்களா? தற்போதுள்ள கனவுகள் பற்றி?

கனவு காண்பதும் அதைத் துரத்திச் செல்வதும்தானே வாழ்க்கை. அப்படி ஒரு கனவுதான் டால்ஸ்டாயின் வாழ்க்கையின் சில நிகழ்வுகளை விவரித்து ஒரு

நாவல் எழுத வேண்டும் என்று விரும்பியதும். அதை இந்த ஆண்டு எழுதி முடித்துவிட்டேன். 'மண்டியிடுங்கள் தந்தையே' என்ற அந்த நாவல் 2021இல் வெளியாக இருக்கிறது. இந்த நாவலை ரஷ்ய மொழியிலும் மொழியாக்கம் செய்ய வேலைகள் நடக்கின்றன. இது போலவே எனது 'இடக்கை' நாவலை செர்பிய மொழியில் மொழிபெயர்ப்பு செய்யத் துவங்கியிருக்கிறார்கள். 'யாமம்' ஆங்கிலத்தில் வெளியாகிறது. எனது தேர்ந்தெடுக்கப்பட்ட சிறுகதைகள் ஆங்கிலத்தில் வெளியாகின்றன. இப்படி நான் நீண்ட காலமாக ஆசைப்பட்ட கனவுகள் கொஞ்சம் கொஞ்சமாக நிறைவேற ஆரம்பித்துள்ளன. 'எனது இந்தியா' போல காலனிய இந்தியா பற்றி விரிவான ஒரு புத்தகம் எழுத வேண்டும் என்று இப்போது நினைத்துக் கொண்டிருக்கிறேன். தமயாவும் காத்திருக்கிறாள். அது நீண்டநாள் கனவு.

****

நன்றி: அரூ இணையஇதழ்.

துயிலின் நிறங்கள்

நேர்காணல்: கமலதேவி

1. நோய்மை என்பது வாதையா மீட்சியா என்ற கேள்வி நாவல் முழுக்க சுழன்று வருகிறது.வாதை என்பதை ஏற்றுக்கொள்ள முடிகிறது. அது எவ்வகையில் மீட்சியாக வாய்ப்புள்ளது?

நோய் உடலுடன் தொடர்பு கொண்டது என்றாலும் அது நிறைய மாற்றங்களை மனதளவில் கொண்டு வருகிறது. நோயுற்ற தருணங்களில் நாம் வயதை இழந்து விடுகிறோம். பிறரது அன்பிற்காக ஏங்குகிறோம். நோயுறும் போதெல்லாம் கடந்தகாலத்தை ஆராய்ச்சி பண்ண ஆரம்பிக்கிறோம். நோயிலிருந்து நலமடைந்தவுடன் சில முடிவுகளை எடுத்துக் கொள்கிறோம். அது எளிய உடற்பயிற்சியாகவும் இருக்கலாம். உறவில் யாரை எங்கே எப்படி வைக்க வேண்டும், புரிந்துகொள்ள வேண்டும் என்பதுமாகவும் இருக்கலாம். அதைத் தான் மீட்சி என்கிறேன். காய்ச்சலில் இருந்து விடுபட்டவுடனே உணவிற்குப் புதுருசி உருவாகிவிடுகிறதில்லையா. அது போன்றதே இந்த மீட்சி.

2. நாவலில் ஏலன் பவர், பாதிரி லாகோம்பையிடம் கேட்பது போல நோய்மையைப் பாவ புண்ணியங்களுடன் இணைத்தது என்பது நடைமுறையில் சோர்வளிக்கக்கூடியதாக இருக்கிறது. நமக்கு அப்படி ஒரு மரபு இருப்பதை எப்படிப் பார்க்கிறீர்கள்?

உலகில் எல்லா சமயங்களிலும் நோய் தீர்ப்பதை தனது அங்கமாகக் கொணடிருக்கின்றன. அறிவியலின் வருகைக்கு முன்புவரை கோவில்கள், தேவாலயங்கள், தர்காக்கள் தான் நோயாளிகளின் புகலிடம். மதம் மருத்துவத்தைக் கட்டுப்படுத்தி வைத்திருந்தது. அன்று நோய் என்பதைக் கடவுளின் சாபமாகப் புரிந்து கொண்டிருந்தார்கள். அறிவியலின் வருகை சமயத்திலிருந்து மருத்துவத்தை விலக்கியது. தனித்த அறிவுத்துறையாக மாற்றியது. தற்போது இந்த

இரண்டுக்கும் நடுவில் ஒரு புரிதல் ஏற்பட்டிருக்கிறது. போப்பாக இருந்தாலும் உடல் நலமில்லை என்றால் மருத்துவரை அழைக்கிறார்தானே. இந்திய மருத்துவத்திற்கு நீண்ட பாரம்பரியமிருக்கிறது. அது இன்று நவீனமயமாக்கப்பட்டிருக்கிறது. அதே நேரம் பராம்பரிய மருத்துவமுறைகளை ஆங்கில மருத்துவம் நிராகரிப்பதையும் கேலிசெய்வதையும் காண முடிகிறது. நலமடைதல் என்பது மருத்துவம், சமூகம் இரண்டும் இணைந்து செய்ய வேண்டிய பணி.

3. நாவலில் துயில்தரும் மாதாவைத் தேடி எண்ணிலடங்காத ரோகிகள் வந்தபடியே இருக்கிறார்கள். துயில் என்பது உறக்கம் மற்றும் இறப்பை வேண்டிவருபவர்களா?

துயில் என்பது தற்காலிக மரணம். அதிலிருந்து நீங்கள் விடுபட்டுவிடுவீர்கள். மனிதர்களைப் போலவே உலகிற்கும் துயில் தேவைப்படுகிறது. அது ஒரு ஓய்வு நிலை. விழிப்புற்றவுடன் நீங்கள் புத்துணர்வு கொள்கிறீர்கள். ஆழ்ந்த துயில் என்பது ஆரோக்கியத்தின் அடையாளம். துயிலின் வழியே உடல் தன்னைத் தானே நலப்படுத்திக் கொள்ளும். அதை நாடியே அவர்கள் வருகிறார்கள். பண்டைய தமிழில் தூங்குதல், தூக்கம் போன்ற சொற்கள் உறக்கம் என்ற பொருளில் பயன்படுத்தபடவில்லை. நித்திரை என்பது வடமொழிச் சொல். நான் சங்க இலக்கியத்திலிருந்தே துயில் என்ற சொல்லைத் தேர்வு செய்தேன்.

4. சிறுவனான அழகரிலிருந்து, பாலியல்தொழிலாளியான ஜிக்கி வரை பசியும்,காமமும்,அச்சமும் அவர்களுக்குக் குடும்பமும், சமூகமும் அளிக்கும் தீராத நோயாக உள்ளது. இந்த ஆதிஉணர்வுகளுக்கு மாற்று தேடித்தான் விவசாயமும்,கூட்டுவாழ்க்கையும் உருவாகியிருக்குமா?

அப்படி நினைக்கவில்லை. முதல் மனிதன் உலகில் உருவான நாளில் இருந்து இன்றுவரை பசியும் காமமும் அச்சமும் தீராத பிரச்சனையாகத்தான் இருக்கின்றன. இதை ஒரு சமூகம் எப்படி அணுகுகிறது, புரிந்து கொள்கிறது, வழிகாட்டுகிறது என்பதில் தான் மாற்றங்கள் உருவாகின்றன. பண்பாடு இவற்றை ஒழுக்கவிதியாக மாற்றிவிடுகிறது. அதை மீறும்போது தண்டனை அளிக்கிறது. விவசாய வாழ்க்கையில் மனிதன்

செல்வத்தை சேகரிக்க ஆரம்பித்தான். கால்நடைகளைப் பெருக்கிக் கொண்டான். அதனால் ஒரு சிலர் செல்வந்தர்கள் ஆனார்கள். ஆனால் பணக்காரன் ஏழை என்ற பாகுபாடு இன்றி நோயில் மடிந்தார்கள். வறுமையை ஒரு நோயாக சமூகம் மாற்றிவிட்டது. அதிலிருந்து விடுபட முடியாதபடியான ஒடுக்குமுறையை அதிகாரம் தொடர்ந்து செலுத்தி வருகிறது. நோயை நாவலில் ஒரு குறியீடாகவும் சொல்லியிருக்கிறேன்.

5. 'உவர்ப்பு நீரில் கிடக்கும் கடற்கன்னி' என்ற படிமம் நாவல் முழுக்க வரும் அனைத்துப் பெண்களுக்கானதாகத் தோன்றுகிறது. நம் சமூகம் பெண்ணை நடத்தும் விதமே ஒரு நோய்க்கூறான மனநிலைதான் இல்லையா?

கடற்கன்னி என்ற படிமம் பன்முகத்தன்மை கொண்டது. ஒருவிதத்தில் அது சமூகம் பெண்ணை நடத்தும் அடையாளமாகவும் கொள்ளலாம்.

6. கொண்டலு அக்கா கதாபாத்திரத்திற்கான அடிநாதமாக இருந்த நபரோ, நிகழ்வோ உண்டா?

அப்படி யாருமில்லை. கற்பனையாக தான் உருவாக்கினேன்.

7. தனிமனிதன் என்ற சிறுஅலகும், உலகமயம் என்ற பேரலகும் முறுக்கி நிற்கும் நடப்பு காலத்தில் மனிதன் உணரும் பாதுகாப்பின்மை நோயாக மாறிக்கொண்டிருக்கிறது. நாம் காட்டில் வாழ்ந்த அந்த தனிமைக்கு, அச்சத்திற்கு, எச்சரிக்கைக்கு மீண்டும் திருப்புகிறோமா?

காட்டில் வாழ்ந்த வாழ்க்கை யாருக்கு அச்சமானது. நிலத்தில் வாழ்ந்தவர்களுக்குதான். உழைப்பிலிருந்து விலகி வரவர உடல் நோயுறத் துவங்குகிறது. உடலைப் பராமரிப்பதில் அக்கறை கொள்ளாத சமூகமும், பண்பாடும் இன்று உருவாகிவிட்டது. இதற்கு முக்கிய காரணம், நுகர்வு கலாச்சாரம். நிறைய நோய்களை நாம் வரவழைத்துக் கொள்கிறோம் என்பதே உண்மை. உடல் ரீதியான நோய்களைவிடவும் அதிக அளவில் மனரீதியான நோய்கள் அதிகமாகிவிட்டன. அதன் பாதிப்பை குழந்தைகள் முதல் வயதானவர்கள் வரை காணமுடிகிறது. நோயைப் பற்றிய அச்சத்தை உருவாக்கியதில் ஊடகங்களுக்கு முக்கிய பங்கிருக்கிறது. இந்தப் பெருந்தொற்று பற்றி வெளியான வாட்சப் செய்திகளே உதாரணம்.

8. 'இந்த உலகின் மீளவேமுடியாத நோய் நிர்க்கதி தான்' என்று நாவலில் கொண்டலு அக்கா சொல்வாள். நிர்க்கதியின்மையை நாம் நம் சகமனிதருக்குத் தரமுடிந்தது தானே? ஏன் நமக்கு நம்மீதே இத்தனை நம்பிக்கையிழப்பு? இது இந்தக் காலகட்டத்தின் மனநிலையா? இல்லை இது எப்போதும் மனிதகுலம் சந்தித்துக்கொண்டிருக்கும் இயல்பான நிலைதானா? இதிலிருந்து சற்றேனும் மீள்வதற்கான வழிகள்...

ஒரு மனிதன் நிர்க்கதியை உணரும்போது உலகின் மீது நம்பிக்கையற்றவனாகி விடுகிறான். தன்னை ஏன் உலகம் கைவிட்டது என்று வருந்துகிறான். போக்கிடம் தேடியோ, மீட்சி தேடியோ அலையத்துவங்குகிறான். நிர்க்கதியுற்ற மனிதனைப் புரிந்துகொள்ளவும் அவனது குரலை உலகின் காதுகளில் கேட்க வைக்கவும் இலக்கியம் முயற்சிக்கிறது. மனிதன் வெறும் நிழலில்லை. போரும், வன்முறையும் துவேசங்களும் மனிதனை வேட்டையாடிக் கொண்டேயிருக்கும் சூழலில் இதனால் பாதிக்கப்படும் மனிதனுக்கு வாழ்க்கையை பற்றிய நம்பிக்கையை எப்படி உருவாக்குவது? அதைதான் தீவிர இலக்கியங்கள் முயற்சிக்கின்றன.

9. நன்மை, தீமை, நோய் என்ற மூன்றையும் நாம் ஏன் தொடர்புபடுத்திக்கொள்கிறோம்?

மதமும் பண்பாடும்தான் இந்தத் தொடர்பை ஏற்படுத்தியது. தீமை செய்தவன் ஒரு நாள் மோசமாக நோயுறுவான் என்ற நம்பிக்கை எல்லா தேசங்களிலும் இருக்கிறது. கொள்ளை நோய் போன்ற பெரும் நோய்கள் பாவத்தின் காரணமாக உருவாகின்றன என்கிறது மதம். ஆனால் உண்மையில் இதன் காரணங்கள் ஆழமாக வேர்விட்டிருக்கின்றன. சமூககாரணிகளை மறைத்துக் கொள்ள இது ஒரு உபாயம்.

எது நன்மை எது தீமை என்ற வரையறையை விட எது யாருக்கு நன்மை, யாருக்குத் தீமை என்றதாக இன்று கேள்வி திரும்பியிருக்கிறது. சாக்ரடீஸ் காலம் தொட்டு இனறு வரை பலரும் நன்மை தீமைகளை வரையறை செய்ய முயன்று கடைசியில் தோற்றுப் போயிருக்கிறார்கள். ஆனால் அன்றிலிருந்து இன்றுவரை நோயுடன் அதைத் தொடர்பு படுத்துவது மாறவேயில்லை. வேடிக்கை என்னவென்றால் மருத்துவர்களில் பலரும் இதை நம்புகிறார்கள் என்பதே.

10.தனிமை நோயாகுமா? நம் முன்னோர்கள் அதை கண்டடைதல் மற்றும் அமைதிக்கான பாதையாகவே பார்த்தார்கள். நாம் இயற்கையை விட்டு வெகுவாக விலகிவந்து விட்டதால் தனிமை நோயாகிவிட்டதா? நாவலில் ஒரு ரோகிக்குக் கிடைக்கும் சேவல் ஒன்று அவன் வலியைக் குறைத்துவிடும்? நாம் இப்படியான ஆறுதல்களை விலகி வந்துவிட்டதால்தான் தனிமை பெருநோயாகிவிட்டதா? இதனால் வன்முறை அதிகமாகிறதா?

தனிமை என்பது நீங்கள் பிறந்தது முதல் இறப்பு வரை எப்போதும் தொடரக்கூடிய நிரந்தர நிலை. இதை ஏன் வெறுக்க வேண்டும். அஞ்ச வேண்டும்? தனித்திருத்தல் என்பதும் கூடியிருத்தல் என்பது உறவுநிலைகள் மட்டுமே. தனித்திருக்கப் பயப்படுகிறவன் தனிமையைக் கண்டு பயப்படுவதாகச் சொல்கிறான். அது வேறு இதுவேறு. ஆயிரம் பேர் உடனிருந்தாலும் உங்களைப் போல நீங்கள் ஒருவர்தான் இருக்கிறீர்கள். உங்களுக்கு நகல் கிடையாதே. நான் அதையே தனிமையாக உணருகிறேன்.

நம்மோடு உரையாடவும் உறவாடவும் இன்னொரு நபரோ, நிறைய மனிதர்களோ தேவைப்படுகிறார்கள். அது கிடைக்காதபோது வருத்தமடைகிறோம். உண்மையில் நாம் ஒருபோதும் தனித்திருக்க இயலவே இயலாது. நம்மைச் சுற்றி இயற்கையின் பேருலகம் நம்மை அரவணைத்துக் கொண்டு சதா இயங்கிக் கொண்டிருக்கிறது. கடலில் வசிக்கும் மீன் தான் தனியாக இருப்பது போல உணர்வது போன்றதுதான் நாம் பேசுவதும். பேச்சுத்துணை, வாழ்க்கை துணை. அறிவுத்துணை என பல்வேறு துணைகள் ஒரு மனிதனுககு தேவைப்படுகிறது. அது கிடைக்காதபோதுதான் ஏங்கத்துவங்குகிறான். இந்த ஏக்கம் நாளடைவில் தீராத மனக்குறையாகிவிடுகிறது.

11. உங்களின் அனைத்துப் படைப்புகளிலும் வெயில் அதன் பேசுபொருளின் அகமாய் விரிகிறது. இந்த நாவலில் நோய்மையின் வேதனையாக, வலியாக, வாதையாக வெளிப்படும் வெயில் வாசிப்பவரைத் தொந்தரவுக்குள்ளாக்குகிறது. உங்கள் எழுத்திற்கு வெயில் தீர்ந்து போகாத அட்சயப்பாத்திரம் போன்றது இல்லையா?

நான் வெயில் குடித்து வளர்ந்தவன். வெயில் என் ரத்த அணுக்களுக்குள் கரைந்திருக்கிறது. வேண்டும்

என்றோ, அழகிற்காகவோ வெயிலை எழுதுவதில்லை. சில தாவரங்கள் வெயில் கொண்ட நிலத்தில் மட்டும் தான் வாழ முடியும். நான் அப்படியான ஒருவன். என் எழுத்தில் வெயில்தான் முடிவற்ற ஒரு நதி.

12. வெயில் மனிதர்களின் அகத்தைக் கூறும் புறமாக நாவல் முழுவதும் காய்வதை வாசிக்கும்போது நாவலின் களம் சங்க இலக்கியத்தின் பாலை சுரமாக தோன்றியது. தன் மக்களுக்காக கொற்றவை சாந்தம் கொண்டு துயில் தரும் மாதாவாக அருள எழுந்து வருகிறாள் கொண்டலு. அக்காவாக சேவை செய்ய வழியோரம் காத்திருக்கிறாள். நம் சங்க இலக்கியத்தின் பாலைத்திணையின் நீட்சியாக இந்த நாவலை வாசிக்க முடிகிறது. நாவல்களத்தைக் குறிஞ்சியும் முல்லையும் சற்றே திரிந்த பாலையாக எடுத்துக்கொள்ளலாமா சார்?

இது உங்கள் வாசிப்பின் வெளிப்பாடு. நிலத்தின் கதையை எழுத முற்படும்போது மரபின் தொடர்ச்சி வெளிப்படுவது இயல்புதானே.

13. அந்த மனிதர்களின் இயல்பும் புரிந்துகொள்ள மிகக் கடினமானதாக இருக்கிறது. அழகர் தன் பதின்வயதில் முதன்முதலாகப் பார்க்கும் நிர்வாணப் பெண்உடலைப் போர்த்திவிடத் தோன்றும் அவன் மனதின் ஈரமும், பெண்உடலை அவனுக்கு அறிமுகமாக்கும் ஒருத்தியே அவன்மீது அன்னையின் வாஞ் சையுடன் இருப்பதும் என்று நாவல்முழுக்க மனிதஇயல்புகளும் புரிதலுக்கு சிக்காததாகவே உள்ளது.

மனித இயல்புகளை எவராலும் வரையறை செய்துவிட முடியாது. காமமும் பசியும் மனிதனை எந்த நிலைக்கும் கொண்டு செல்லும். இந்த இரண்டும் விரும்பி அளிக்கப்பட வேண்டும் என மனிதன் விரும்புகிறான். இதில் ஏற்படும் நிராகரிப்பு, அலைக்கழிப்பு, ஏமாற்றங்களை அவனால் தாங்கிக்கொள்ள முடியவில்லை. ஆழமான கசப்புணர்வும் கோபமும் கொண்டு எதிர்நிலை கொள்கிறான். அது குற்றமாக உருமாறுகிறது. வாழ்க்கைத் தேவைகள் அழகரை வழிநடத்துகின்றன. இயல்பில் அவன் உணர்ச்சிபூர்வமானவன். அவன் தன்னை உணரும்போது நாவல் முடிந்துவிடுகிறது. ரயிலுக்காக அவன் காத்திருப்பதில் துவங்கி ரயில் அவனை நோக்கி வருவதில் நாவல் நிறைவுபெறுகிறது. அழகரைப் போன்று தான் பெரும்பான்மையினர் இருக்கிறார்கள். நடந்து கொள்கிறார்கள்.

14. ஏன் இப்படி ஓரிடத்தில் நிலைக்கமுடியாத வெயிலைப்போல அலைந்து திரியும் வாழ்க்கை? இந்த மனநிலைகள் எல்லாம் அந்த கொற்றவையின் வரண்ட மண் உருவாக்குவது தானே? மண்தான் மனித இயல்புகளை நிர்ணயிப்பதாக நினைக்கிறீர்களா? பாலைநிலத்து தாவரங்களைப்போல கிளைகளை மறுத்து, இலைகளை முட்களாக்கிக் கொள்ளும் வாழ்க்கை!

மண்தான் மனிதனை உருவாக்குகிறது. எளிய வாசகமாக இருந்தாலும் அதுதான் உண்மை. பெருநகரங்களில் வசிப்பவர்களுக்கும் இது பொருந்தும். ஊரின் இயல்பும் வேகமும் ஆசைகளும் மனிதர்களின்மீதும் படிந்துவிடுகிறது. மனிதர்கள் காற்றிலும் வேர்விட்டு வளரக்கூடிய தாவரம் போன்றவர்கள். எந்த சூழலிலும் அவர்களால் வாழ முடியும். அவர்களை வழிநடத்துவது கனவுகள் மற்றும் ஆசைகள். ஆசைகளின் பட்டியல் முடிவற்றது. ஆசைக்கும் அதை அடைவதற்குமான வழிகள் எளிதானதில்லை. இந்தப் போராட்டத்தில் ஒருவன் நிறைய இழக்கிறான். குறைவான மகிழ்ச்சி அடைகிறான். இந்த நாவல் பல்வகை ஆசைகளையும் அதனால் ஏற்பட்ட வீழ்ச்சியினையும் பேசுகிறது. உலகியல் செயல்களுக்கும் நோய்களுக்குமான உறவைப் பேசுகிறது. மருத்துவமனைகளின் தோற்றம் பற்றி எழுதும்போது பூக்கோ மருத்துவரின் வீடும் மருத்துவமனையும் தனித்தனியாக மாறிய பிறகு அது வணிகமாக துவங்கிவிட்டது என்கிறார். மருத்துவத்தோடு எந்தத் தொடர்பும் இல்லாத ஒருவர் பணமுதலீடு செய்து இன்று மருத்துவமனை நடத்த முடியும். காரணம், அது ஒரு வணிகமாகக் கருதப்படுகிறது. மருத்துவம் இப்படி மாறியிருப்பது அபாயகரமானது.

15. எஸ்.ராவும் கூட அந்த மண்ணில் அவர்களுடனிருந்து கொண்டலுவாக,ஏலனாகக் கனிந்ததுதான் துயிலாக மாறியிருக்கிறது என்று தோன்றுகிறது. அந்த உணர்தலைப் பகிர முடியுமா?

ஒரு எழுத்தாளனாக துயில் எழுதி முடிக்கும்வரை ரோகிகளில் ஒருவனாக நானும் தெக்கோடை நோக்கிச் சென்றேன். துயில்தரு மாதாவைத் தரிசனம் செய்தேன். நாவலில் நான்கு வகையான பெண் அடையாளப்படுத்தப்படுகிறார். ஒன்று, புனிதமான துயில்தரு மாதா. இரண்டாவது கொண்டலு அக்கா

என்ற அன்னையின் வடிவம். மூன்று கடற்கன்னி என்ற மனைவியின் வடிவம். நான்கு ஆலன் பவர் என்ற மகளின் வடிவம். அவள் எங்கோ பிறந்து இங்கே வந்து தன்னை அர்ப்பணித்துக் கொண்டு சேவை செய்கிறாள். இந்த நான்கு பெண்களுக்குள் நிறைய ஒற்றுமைகள் இருக்கின்றன. இன்னொரு பக்கம் ரோகிகள். அவர்கள் கடந்தகாலத்தின் நினைவுகளுடன் அலையாடுகிறார்கள். நோயைவிடவும் உலகத்தால் புறக்கணிக்கப்படுகிறோம் என்பத அவர்களை அதிகம் வேதனைப்படுத்துகிறது.

16. நாவலை முதன்முறை வாசித்து முடிக்கும்வரை என் பொதுபுத்தி இடையில் நின்று மறுதலித்துக் கொண்டே இருந்தது. நாவலை வாசித்து முடிக்கும்போது என்னை அறியாமலேயே அந்தக் கரடுமுரடான இயல்புகள் மேல் இருந்த பார்வை கனிந்திருந்ததைப் பதட்டத்துடன் உணர்ந்தேன். தவறுகள், குற்றங்கள் என்று கறாராக நமக்குக் கற்பிக்கப்பட்டவைகளை என்புத்தி மறுபரிசீலனை செய்யத்தொடங்கியது. குற்றங்கள் பின்உள்ள ஆதாரங்களை நாவல் நமக்குப் புரியவைப்பதால் இந்த மாற்றங்கள் ஏற்படுகின்றன. எஸ்.ராவின் எழுத்தின் அடிநாதமாக இதைக் கொள்ளலாமா?

நோயை விடவும் அதைப்பற்றி அச்சத்தால் நாம் அதிகம் பீடிக்கப்பட்டிருக்கிறோம். நோய் வந்துவிடுமோ எனப் பயந்து எதையெதையோ செய்கிறோம். நோய்க்கு சிகிச்சை எடுக்கும்போதும் மருத்துவரிடம் நம்பிக்கை வருவதில்லை. புதிது புதிதாக மருத்துவர்களைத் தேடிக் கொண்டேயிருக்கிறோம். நோயிலிருந்து உடனே விடுபட வேண்டும் என்று துடிக்கிறோம். இந்த நாவல் அந்த மனத்தடைகளைக் கேள்வி கேட்கிறது. மருத்துவர்கள் உடலை ஆய்வு செய்வது போல நிதானமாக, கவனமாக அக்கறையுடன் புரிதலை ஏற்படுத்த முயற்சிக்கிறது.

17. நிலம் மாறுபாடுகளை உருவாக்கக் கூடியதா, ஏதோ ஒருதன்மையில் எந்த நிலமும் வாழ்வளிப்பதாகவே உள்ளது என்பதுதான் நிலத்தின் ஆதாரத்தன்மை இல்லையா?

அந்தக் காலத்தில் காசநோய் கொண்டவர்களுக்கு இதமான சூழல் கொண்ட இடங்களில் போய் ஓய்வெடுக்கச் சொல்வார்கள். ஆன்டன் செகாவ் காசநோயோடு போராடியபோது பேடன்பேடன் என்ற சுகவாசஸ்தலம் ஒன்றில் தங்கி சிகிச்சை பெற்றிருக்கிறார். இப்படி நிலம் மாறும் போது நோய்

குறிகள் குறையும், ஆரோக்கியம் மேம்படும், என்பது பொதுவான நம்பிக்கை. உண்மையும்கூட. புதிய நிலவெளியில் வாழ முற்படுகிறவர்களில் சிலர்தான் அதை முழுமையாக ஏற்றுக் கொள்கிறார்கள். உடலும் ஒத்துப்போகிறது. பலருக்கு அது ஒவ்வாமைதான். குளிர்ச்சியான இடங்களைத் தேடி வெள்ளைக்காரர்கள் ஓடியது இப்படித்தானே. நிலத்தை இன்றைய மனிதன் புரிந்துகொள்ளவில்லை. அதன் குரலுக்கு இடமேயில்லை. நிலம் தான் கனியாகிறது. மலராகிறது. தானியமாகிறது. இதை மனிதர்கள் உபயோகப் பொருளாக மட்டுமே நினைக்கிறார்கள். இயற்கையின் கருணையை, அன்பைப் புரிந்துகொள்ளாத சமூகம் பேரிழப்பைச் சந்திக்கும் என்பதே வரலாறு.

18. இத்தனை கடும் சுரத்தின் நடுவே ஒருவர், பெயர் ஊர் எதுவும் தெரியாத ஒரு பெண்ணிற்காக வாழ்நாளின் வயோதிகம்வரை அவள் நோயின்றி வாழ வேண்டும் என்று பிரார்த்தனை செய்வதற்காக வருகிறார். நோய்மைகளில் நிறைவான நோயாக இருக்கிறதே என்று தோன்றியது. மனிதர்களின் விசித்திரங்கள் முடிவே இல்லாதவை இல்லையா?

இந்தியாவில் நூறு கோடிக்கும் அதிகமாக மனிதர்கள் வசிக்கிறார்கள் என்றால் நூறு கோடிக்கும் மேலான விசித்திரங்கள் இருக்கின்றன என்றே அர்த்தம்

மனித விசித்திரங்களால் உருவாகும் நெருக்கடிகளும் பாதிப்புகளும் நினைத்துப் பார்க்க முடியாதவை. சிலர் வயதாக வயதாகக் கனிந்துவிடுகிறார்கள். சிலர் மூர்க்கமாகியும் விடுகிறார்கள். இந்த நாவலை வாசித்த ஒரு மனநல மருத்துவர் இதன் ஒவ்வொரு கதாபாத்திரத்திற்கும் என்ன வகையான மனநலப்பிரச்சைன உள்ளது, அதற்கு என்ன மருந்து என ஒரு பட்டியல் அனுப்பி வைத்திருந்தார். எனக்கு அதைப்பற்றி எதுவும் தெரியாது. நான் எழுதியது மனித விசித்திரங்களைப் பற்றி மட்டுமே.

19. விருப்பு, வெறுப்பு, அச்சம்,கோபம், தாபம், காமம்,பணம், மனித உணர்வுகள் அனைத்துமே நோயாகும் வாய்ப்புள்ளவை என்று நாவல் உணர்த்துகிறதே?

அடக்கிவைக்கப்பட்ட எல்லா உணர்ச்சிகளும் ஒருவகையில் நோயாக வெளிப்படுகின்றன. உரையாடலும் கூடி மகிழ்வதும். ஆடிப்பாடுவதும் சேர்ந்து பயணிப்பதும், சுதந்திரமாக விரும்பியதை

அனுபவிப்பதும் இதற்கான வடிகாலாகக் கருதப்பட்டன. பொருளியல் தேடலில் இன்று அதிகம் அடிப்படை உணர்வுகள் ஒடுக்கப்படுகின்றன. தான் சுதந்திரமாக நடத்தப்படவில்லை என்ற உணர்வு பலருக்கும் இருக்கிறது. ஒடுக்கப்படுதல் எல்லா நிலைகளிலும் நடைபெறுகிறது. அது போலவே வேலைப்பளு, அதிகார துஷ்பிரயோகம், பணத்தாசை, பேராசை இவை மனிதர்களின் உடலையும் மனதையும் மோசமாக பாதிக்கிறது. வீழ்ச்சியுற்ற ஒவ்வொரு மனிதனும் சொல்வதற்கு நிறைய கதைகள் வைத்திருக்கிறான். அதைத் தான் இந்த நாவலில் காணுகிறோம்.

20. குரூரம் என்பதை வாழ்வின் நடைமுறையாக மாற்றி வைத்திருக்கிறது இயற்கை என்று நாவலில் வரும் இடத்தை முக்கியமாக நினைக்கிறேன். இப்படியாக இருக்கும்போது மனிதர்கள்மேல் அவனுடைய செய்கைகளுக்கான பழியை முழுவதுமாக சுமத்த முடியாது என்றே தோன்றுகிறது.

இயற்கை எப்போதும் கனிவானதில்லை. அது மூர்க்கமாகவும் தன்னை வெளிப்படுத்திக் கொள்ளும். ரம்மியமான கடலில்தான் சுனாமி தோன்றுகிறது. அமைதியான பூமிதான் பூகம்பத்தில் மனிதர்களை வாரி விழுங்குகிறது. இயற்கை வளங்களை நாம் சூறையாடுகிறோம். சமயத்தில் அதுவும் நம்மைச் சூறையாடிவிடுகிறது. இயற்கையைப் புரிந்துகொள்வது காலம் காலமாக மனிதர்கள் மேற்கொண்டு வரும் முயற்சி. இத்தனை நூற்றாண்டுகளைக் கடந்தும் அதில் மனிதன் முழுமையாக வெற்றி கொள்ளவில்லை. இயற்கையின் புதிர்தன்மையில் கொஞ்சம் விலகி இருக்கிறது அவ்வளவு தான். இந்த நூற்றாண்டில் இயற்கை அழிக்கப்பட்டது போல உலகில் எப்போதும் அழிக்கப்பட்டதில்லை. இதன் விளைவுகளைத்தான் நாம் இப்போது அனுபவித்து வருகிறோம்.

21. சகிப்புத்தன்மை, காத்திருப்பு என்பது இயற்கையின் மாறாத செயல். அதையே இந்த மண்ணின் மக்கள் தங்கள் இயல்புகளாகக் கொண்டுள்ளதாக நாவல் சொல்கிறது. நாவல் நெடுக இந்த ஆதாரம்தான், அவர்கள் பிழைத்திருப்பதற்கான வலிமையாகக் கொள்ளலாமா?

உண்மைதான். விவசாயிகளைப் போல காத்திருப்பவர்களைக் காணவே முடியாது. அவர்களுக்கு எதுவும் எளிதாகக் கிடைத்துவிடவில்லை. அது போலவே

எளிய மனிதர்கள் உறவுகளுக்குள் ஏற்படும் சிக்கலைப் பெரிதாக்குவதில்லை. விட்டுக் கொடுக்கிறார்கள். சகித்துக் கொள்கிறார்கள் அல்லது ஒதுங்கிக் கொள்கிறார்கள். இன்று எதற்காக இவ்வளவு பரபரப்பான வாழ்க்கையை மேற்கொள்கிறோம் என எவருக்கும் தெரியவில்லை. பாஸ்ட்பார்வேடில் சினிமா பார்ப்பது போல உள்ளது. கொஞ்சம் நிதானமாக, அமைதியாக, எளிமையாக வாழ்க்கையை அமைத்துக்கொள்ள விரும்புகிறவர்கள் திண்டாடுகிறார்கள். இந்த வேகம், பரபரப்பு, பேராசை உங்களை எங்கே கொண்டு செல்லும் என்பதை துயிலில் காணலாம்.

இந்த நாவலில் மூன்று வகை மருத்துவத்தைப் பற்றி எழுதியிருக்கிறேன். மதமும் மருத்துவமும் பற்றிய விவாதமும் நடக்கிறது. ஒரு நாவல் என்பது என்வரையில் கதையை மட்டும் சொல்வதற்கான வடிவில்லை. கதையின் வழியே அது நிறையப் பேச வேண்டியிருக்கிறது. விவாதிக்க வேண்டியிருக்கிறது. அதைத்தான் துயில் செய்துள்ளதாக நினைக்கிறேன்.

•••

நன்றி: புரவி இலக்கிய இதழ்.

தேசாந்திரி பதிப்பகம்

உபபாண்டவம்	ரூ.375
நெடுங்குருதி	525
யாமம்	400
துயில்	525
சஞ்சாரம்	340
இடக்கை	375
பதின்	235
கடவுளின் நாக்கு	350
உலக இலக்கியப் பேருரைகள்	325
எழுத்தே வாழ்க்கை	175
பதினெட்டாம் நூற்றாண்டின் மழை	230
தாவரங்களின் உரையாடல்	150
வெயிலைக் கொண்டு வாருங்கள்	140
விழித்திருப்பவனின் இரவு	225
காற்றில் யாரோ நடக்கிறார்கள்	325
கோடுகள் இல்லாத வரைபடம்	75
மலைகள் சப்தமிடுவதில்லை	250
வாசகபர்வம்	210
காண் என்றது இயற்கை	115
செகாவின் மீது பனி பெய்கிறது	150
கூழாங்கற்கள் பாடுகின்றன	75
எனதருமை டால்ஸ்டாய்	100

ரயிலேறிய கிராமம்	150
உலகை வாசிப்போம்	200
நாவலெனும் சிம்பொனி	140
இலக்கற்ற பயணி	175
செகாவ் வாழ்கிறார்	150
தனிமையின் வீட்டிற்கு நூறு ஜன்னல்கள்	150
காட்சிகளுக்கு அப்பால்	75
கால் முளைத்த கதைகள்	100
எலியின் பாஸ்வேர்டு	35
சிரிக்கும் வகுப்பறை	110
விலங்குகள் பொய் சொல்வதில்லை	225
கதாவிலாசம்	380
தேசாந்திரி	275
துணையெழுத்து	350
எனது இந்தியா	650
மறைக்கபட்ட இந்தியா	375
நிமித்தம்	450
நம் காலத்து நாவல்கள்	350
எஸ்.ராமகிருஷ்ணன் நேர்காணல்கள்	250
நகுலன் வீட்டில் யாருமில்லை	150
புத்தனாவது சுலபம்	200
காந்தியோடு பேசுவேன்	175
உறுபசி	175
ஆதலினால்	175
சிறிது வெளிச்சம்	450
இந்தியவானம்	240
வீடில்லா புத்தகங்கள்	250
நூறு சிறந்த சிறுகதைகள்	1000

அப்போதும் கடல் பார்த்துக்கொண்டிருந்தது	125
சைக்கிள் கமலத்தின் தங்கை	450
ஏழு தலைநகரம்	200
அயல் சினிமா	150
ஆயிரம் வண்ணங்கள்	140